Nghệ thuật pha cà phê

100 công thức sáng tạo cho cà phê. Từ đồ uống cổ điển đến món ăn và món tráng miệng độc đáo, khám phá nhiều hương vị và khả năng nấu và nướng với cà phê

Phụng Chiêu

© BẢN QUYỀN 2023 TẤT CẢ QUYỀN ĐƯỢC ĐẢM BẢO Tài liệu này hướng đến việc cung cấp thông tin chính xác và đáng tin cậy liên quan đến chủ đề và vấn đề được đề cập. Ấn phẩm được bán với ý tưởng rằng nhà xuất bản không bắt buộc phải cung cấp các dịch vụ kế toán, được phép chính thức hoặc đủ điều kiện. Nếu tư vấn là cần thiết, pháp lý hoặc chuyên nghiệp, một cá nhân thực hành trong nghề nên được chỉ định.

Việc sao chép, sao chép hoặc truyền tải bất kỳ phần nào của tài liệu này bằng phương tiện điện tử hoặc ở định dạng in đều không hợp pháp. Việc ghi lại ấn phẩm này bị nghiêm cấm và không được phép lưu trữ tài liệu này trừ khi có sự cho phép bằng văn bản của nhà xuất bản. Đã đăng ký Bản quyền.

Tuyên bố từ chối trách nhiệm cảnh báo, thông tin trong cuốn sách này là đúng và đầy đủ theo sự hiểu biết tốt nhất của chúng tôi. Tất cả các khuyến nghị được thực hiện mà không có sự đảm bảo về phía tác giả hoặc xuất bản câu chuyện. Tác giả và nhà xuất bản từ chối trách nhiệm và trách nhiệm pháp lý liên quan đến việc sử dụng thông tin này

Mục lục

GIỚI THIỆU.. số 8
CÔNG THỨC CÀ PHÊ.................................... 9
1. Cà phê Bedouin 9
2. Bánh sữa ngọt và cà phê 11
3. Bánh sô-cô-la và cà phê............................ 13
4. Latte bạch đậu khấu và quế mùa đông 16
5. Bánh chuối sô-cô-la 18
6. Cà phê sữa 20
7. Cà phê latte tự làm 22
8. Cà phê Ireland 24
9. Cà phê chuối socola 25
10. Cà phê caramel 27
11. Cà phê sữa 29
12. Cà phê bọt thảo quả 063593 30
13. Cà phê espresso lạnh 32
14. Mocha đá lạnh và lắc bạc hà 33
15. Cà phê rum với kem 35
16. Công thức cà phê kẹo 37
17. Kem cà phê vùng Bavaria 38
18. Cà phê đá với kem 40
19. cà phê đá với cốt dừa và caramel 41
20. Cappuccino Shot với Vani và Muối 43
CÔNG THỨC LÀM BÁNH................................ 44
21. Bánh Brownie cà phê dừa 44
22. Bánh kẹo trái cây 46
23. Cupcake cà phê Giáng sinh 48
24. Bánh Sắn Cà Dừa 50
25. Chuối cà phê sô cô la.............................. 52
26. Công thức làm bánh Brownie cà phê 54
27. Bánh và caramen cà phê 56

28. Bánh nướng xốp Mocha 58
29. Bánh cà phê đơn giản 60
30. Bánh Tiramisu 62
31. Bánh bao đậu phộng 64
32. Bánh nướng xốp cà phê Ai-len 66
33. Bánh chuối với cà phê 68
34. Bánh kem với cà phê Espresso tối cao Tres 70
35. Bánh xốp 72
36. Bánh nướng xốp cà phê hòa tan 74
37. Bánh Cà Phê Sữa...................................76
38. Bánh Zucchini với cà phê Espresso 78
39. Bơ đậu phộng và bánh hạnh nhân cà phê 80
40. Bánh phô mai kem espresso Hazelnut 82
41. Bánh sô-cô-la 85
42. Bánh sữa chua 87
43. Bánh hoa anh túc 89
44. bánh anh đào 92
45. Bánh cam sô cô la với cỏ ngọt 94
46. Bánh hạt bí với kem rượu rum 96
47. Bánh nướng xốp cà phê-hạt phỉ -sô cô la 98
48. Bánh cà phê hạt nhanh 100
49. Bánh bó hạt 102
50. Bánh bông lan phô mai sữa đông Nutella 104

NGƯỜI ĂN CHAY.................................... 106
51. Cà phê và chuối lắc 106
52. Bánh và caramen cà phê 108
53. Bơ chiết xuất cà phê 110
54. Pudding Cantuccini sốt cà phê 112
55. Đá lạnh lòng trắng trứng với cà phê 114
56. Cà phê Dalgona 116

57. Cà phê chuối 118
58. Cà phê ủ ấm tâm hồn 120
59. Kem cà phê hạt anh túc tẩm ướp
Quả anh đào 122
60. Kem cà phê sô cô la Vistula với
quả mọng ướp 124
61. Latte bạch đậu khấu và quế mùa đông................ 126
62. Giấc mơ Cà phê với Stevia 128
63. Cà phê cappuccino trứng phục sinh 130
64. Góc cà phê 132
65. Cà phê kem que 134
67. Cappuccino nấm cục .... .136
68. Bánh cà phê đơn giản .... .138
69. Cà phê đá 140
70. Chuối cà phê socola...........................141
71. Cà phê Ireland 143
72. Canapes cà phê và hạt 144
73. Bánh tiramisu quả mâm xôi Nutella 146
74. Bánh tiramisu chuối sữa đông 148
75. Bánh Sắn Cà Dừa 150
76. Cà phê Busserln 152
77. Espresso và bánh quế hạt thông 154
78. Cốc cà phê Bánh quy 156
79. Bánh thạch đá cẩm thạch Cappuccino 158
80. Cà phê bơ trong ly 160

ĐỒ ĂN NHẸ.. 162
81. Các lát kem 162
82. Bánh trái...164
83. Bánh nướng xốp Caipirinha ....
..166
84. Viên Năng Lượng Xoài Dừa 168
85. Cháo hoa ngô và hoa cúc 170
86. Bánh pudding Colombia với cà phê 172

87. Bơ đậu phộng và Sandwich Espresso 174
88. Bánh sữa ngọt và cà phê 175
89. Thanh sô cô la đậu phộng 177
90. Bánh quy cà phê 180
91. Men cà phê 182
92. Quán cà phê 184
93. Bánh Mocha 186
94. Espresso-Brownies 188
95. Rượu mùi cà phê vani 190
96. Topping kem hạt dẻ cà phê cay 192
97. Bánh kem cà phê 194
98. Cà phê đá với hồi và cam thảo 196
99. Cà phê cuộn 198
100. Bánh pudding cà phê 200
PHẦN KẾT LUẬN 201

GIỚI THIỆU

Cà phê là một trong những loại đồ uống được tiêu thụ phổ biến nhất vào buổi sáng, sau các bữa ăn chính, hoặc vào buổi chiều để dùng kèm với một bữa ăn nhẹ hoặc đơn giản là để giữ giấc ngủ và sự lười biếng.

- Cà phê không chỉ là một thức uống buổi sáng; nó là một thành phần linh hoạt có thể được sử dụng trong nhiều công thức nấu ăn ngọt và mặn.
- Với "Coffee Cookbook", bạn sẽ khám phá nhiều hương vị và khả năng nấu nướng với cà phê, với 100 công thức sáng tạo và ngon miệng.
- Từ đồ uống cà phê cổ điển như lattes và cappuccino đến các công thức nấu ăn độc đáo như bít tết tẩm cà phê và cocktail pha cà phê, cuốn sách nấu ăn này mang đến điều gì đó cho mọi người yêu cà phê.
- Cà phê không chỉ ngon mà còn chứa nhiều lợi ích cho sức khỏe, bao gồm chất chống oxy hóa có thể giúp chống viêm và bệnh tật. Với "Cà phê Cookbook", bạn có thể tận hưởng tất cả những lợi ích của loại nguyên liệu đa năng này theo cách mới và thú vị

Hơn nữa, những người hâm mộ đồ uống sẽ hài lòng khi biết rằng tất cả các loại đậu đều có thể được sử dụng trong cả món ngọt và món mặn cũng như trong nhiều công thức nấu ăn. Với ý nghĩ đó, tôi đã biên soạn một danh sách các công thức pha cà phê tốt nhất để bạn thử ngay!

CÔNG THỨC CÀ PHÊ

1. Cà phê Bedouin

thành phần
- 750ml nước
- 2 muỗng cà phê thảo quả mới xay
- 1 muỗng cà phê bột quế
- 1/2 muỗng cà phê gừng tươi nạo
- 8 muỗng cà phê mocha mới xay
- 2 muỗng cà phê đường

sự chuẩn bị
1. Đối với cà phê kiểu Bedouin, cho gia vị và gừng vào nồi. (Bình cà phê điển hình có tay cầm là tốt nhất cho việc này.)
2. Bây giờ thêm nước và đun sôi. Giảm nhiệt xuống mức tối thiểu và đậy nắp nước (để không làm bay hơi quá nhiều nước) đun nhỏ lửa trong 10 phút.
3. Thêm mocha và đường, khuấy một lần và để cà phê sôi, đậy nắp trong 5 phút. Đổ vào bát nhỏ và phục vụ.

2. Bánh sữa ngọt và cà phê

Thành phần (bột)
- 200 gram bánh quy bột ngô nghiền
- 100 gram bơ
- $\frac{1}{2}$ tách cà phê Pimpinela Golden pha nóng
- 1 muỗng cà phê men hóa học

Sự chuẩn bị
1. Làm nóng lò trước ở 180°.
2. Đun chảy bơ trong cà phê và dần dần kết hợp nó với bánh quy nghiền nát đã trộn sẵn với men. Xếp một hình vòng có thể tháo rời (đường kính 20 cm) lên độ cao 1/2 cm. Nướng trong 30 phút.
3. Hủy bỏ và chờ đợi để làm mát.

3. Bánh sô cô la và cà phê

Thành phần
Bánh ngọt:
- 1 3/4 cốc đường tinh luyện ⬜ 2 ½ cốc bột mì
- ½ chén bột ca cao 50%
- 1½ muỗng cà phê baking soda
- 1½ muỗng cà phê men hóa học
- 1 muỗng cà phê muối
- 2 quả trứng lớn, nhiệt độ phòng
- 1 ly sữa
- 1 muỗng cà phê giấm
- 2 muỗng cà phê vani
- 240 ml cà phê pha nóng Santa Clara
- 1 chén dầu thực vật

Mái nhà:
- 125g bơ ở nhiệt độ phòng
- 1 chén bột ca cao 50%
- 2 ½ cốc đường đóng băng
- 2 muỗng canh cà phê pha
- ½ muỗng cà phê vani

Sự chuẩn bị :
Bánh ngọt:
1. Làm nóng lò nướng đến 200 độ.
2. Phết mỡ và rắc bột ca cao (hoặc bột mì) vào khuôn 33 x 23 cm.
3. Trong một bát lớn, kết hợp đường, bột mì, ca cao, baking soda, bột nở và muối, trộn đều. Thêm trứng, sữa, giấm, vani, cà phê và dầu. Trộn tất cả mọi thứ bằng máy đánh trứng hoặc máy trộn cầm tay trong 2 phút. Cho vào hộp đã chuẩn bị sẵn và nướng trong 30-40 phút, hoặc cho đến khi tăm

chọc vào giữa thấy tăm sạch. Để nguội trong 10 phút trước khi đặt lớp phủ lên trên.

Mái nhà:
1. Trong một cái chảo vừa, đun chảy bơ trên lửa nhỏ. Tắt lửa và thêm ca cao. Bật lửa ở nhiệt độ trung bình và nấu cho đến khi nó bắt đầu sôi. Tắt lửa và thêm đường, cà phê và vani. Trộn đều với một fuet. Để kem nguội trong 10 phút cho đến khi nó đặc lại một chút. Ngay lập tức phết lên trên bánh bên trong chảo. Đừng để kem quá lạnh sẽ khó phết lên mặt bánh.

4. Latte bạch đậu khấu và quế mùa đông

thành phần
- 1 lon (các) nước cốt dừa (kem đánh bông thuần chay thay thế)
- 6 quả bạch đậu khấu
- 2 thanh quế
- 160ml cà phê
- 100ml sữa hạnh nhân (hoặc sữa yến mạch)
- Chuẩn bị quế (xay, để rắc)

2. Đối với latte thảo quả-quế mùa đông, trước tiên hãy cho nước cốt dừa vào tủ lạnh qua đêm.
3. Ngày hôm sau, lấy nước cốt dừa ra khỏi tủ lạnh, lấy phần kem dừa đã cứng ra khỏi hộp và cẩn thận, không trộn với chất lỏng, đổ vào một cái bát đã được làm lạnh. Trộn bằng máy trộn cầm tay cho đến khi có dạng kem.
4. Đặt vỏ bạch đậu khấu và thanh quế vào một cốc lớn và đổ cà phê mới pha lên trên.
5. Đun sữa trên bếp ở mức nhỏ.
6. Rây các viên bạch đậu khấu và quế, chia cà phê thành hai cốc rồi trộn với sữa nóng.
7. Đổ 2 đến 3 thìa kem dừa vào mỗi cốc và rắc latte thảo quả-quế mùa đông với quế.

5. Bánh chuối socola

thành phần
- 2 quả chuối (rất chín)
- 250ml sữa tách béo
- 300 g bột mì nguyên cám
- 1 muỗng cà phê Bột nở
- 1 lon muối
- 50 g sô cô la đen
- 150 gram đường chuẩn bị

1. Làm nóng lò ở 160°C.
2. Đối với bánh sô cô la chuối, tách trứng và xay nhuyễn chuối với sữa và lòng đỏ trứng. Rây bột với bột nở và muối.
3. Bào và trộn sô cô la đen, sau đó cho chuối nghiền vào khuấy đều.
4. Đánh lòng trắng trứng thành tuyết rồi cho đường vào khuấy đều. Để lòng trắng trứng trượt lên trên bột chuối và cẩn thận gấp lại.
5. Lót khuôn ổ bánh mì bằng giấy nướng và thêm hỗn hợp.
6. Nướng bánh sô cô la chuối trong lò nướng nóng sẵn ở 160° C trong một giờ.

6. Cà phê latte

thành phần
- 150 ml sữa nguyên chất (3,5%)
- 1 pha chế cà phê espresso

1. Đối với Caffè Latte, làm nóng sữa trong máy đánh sữa và bọt sữa. Đổ vào ly cao. Để cà phê espresso chảy trực tiếp vào ly hoặc nếu ly không vừa với máy, hãy rót nó vào ly bằng mặt sau của thìa. Điều này tạo ra 3 lớp điển hình!
2. Phục vụ caffè latte với một miếng sô cô la đen hoặc bánh quy (cantucci).

7. Cà phê latte nhà làm

Nguyên liệu
- Cà phê - 9 hạt
- Nước - 30ml
- Sữa béo (3,5%, tự làm) - 150 ml
- Đường để chuẩn bị hương vị

1. Nghiền hạt cà phê trong máy xay cà phê.
2. Đổ cà phê mới xay vào Turk, đổ nước lạnh.
3. Đặt gà tây ở nhiệt độ thấp, nấu cho đến khi bọt bắt đầu nổi lên.
4. Ngay khi bọt bắt đầu nổi lên, vớt cà phê ra khỏi bếp.
5. Đun nóng sữa, nhưng không đun sôi! Sữa nên được hâm nóng (khoảng 80 độ).
6. Đánh sữa cho đến khi có bọt khí.
7. Đổ một nửa sữa vào ly pha cà phê.
8. Lọc cà phê qua rây vào ly. Rót espresso vào ly thành một dòng mỏng dọc theo thành ly.
9. Cho lớp bọt sữa đã chuẩn bị lên trên. Đặt ống hút vào ly với đồ uống. Cà phê latte tự làm đã sẵn sàng.

8. Cà phê Ireland

thành phần

- 100 ml rượu whisky Ailen
- 4 tách cà phê nóng
- 3 muỗng canh đường nâu
- 100g kem tươi
- đường thô để chuẩn bị trang trí

1. Làm ấm cà phê, rượu whisky và đường trong khi khuấy và hòa tan đường, sau đó rót vào cốc thủy tinh đã được làm nóng trước.
2. Đánh nhẹ kem và dùng như một lớp phủ trên cà phê, rắc một ít đường nâu.

9. Chuối cà phê chocolate

thành phần
- 2 muỗng canh nước cốt chanh
- 1 muỗng canh đường
- 1 nhúm bột vani
- 1 quả chuối
- 2 muỗng canh xi-rô sô cô la
- 400 ml cà phê nóng mới pha
- 150ml sữa
- bột ca cao để rắc Các bước chuẩn bị

1. Đun sôi nước cốt chanh với đường, vani và 100 ml nước trong nồi. Gọt vỏ và thái hạt lựu chuối. Đổ vào nồi, đun nhỏ lửa trong 1-2 phút rồi tắt bếp. Để nguội một chút, sau đó rót vào 4 ly.
2. Trộn xi-rô với cà phê và cẩn thận đổ lên chuối trừ 2 muỗng canh. Đun nóng phần cà phê còn lại với sữa và trộn cho đến khi sủi bọt. Đổ cà phê lên trên và rắc một ít ca cao lên trên.

10. Cà phê caramel

thành phần
- 2 quả chà là (Medjool; không đá)
- 1 nhúm bột vani
- 150 ml sữa (3,5% chất béo)
- 400 ml cà phê mới pha

Các bước chuẩn bị
1. Xay nhuyễn chà là với 2 thìa nước và vani. (Do số lượng nhỏ, cách này hoạt động tốt nhất với máy xay cầm tay đựng trong ly có đường kính lớn hơn một chút so với mặt trên của máy xay cầm tay.)
2. Cho một nửa quả chà là xay nhuyễn qua rây nhỏ vào ly và rót cà phê mới pha vào ly. Làm tương tự với phần còn lại của quả chà là xay nhuyễn.
3. Làm ấm sữa trong bình sữa nhỏ và đánh bằng máy đánh sữa cho đến khi sủi bọt. Phết caramel cà phê lên trên và dùng ngay.

11. Cà phê sữa

thành phần
- 250ml cà phê
- 250 ml sữa (1,5% chất béo)

Các bước chuẩn bị
1. Đun sôi cà phê, hâm nóng sữa và tạo bọt bằng vòi nhỏ. Chia cà phê thành 4 cốc, đổ sữa vào và dùng thìa đánh bọt.

12. Cà phê thảo quả

thành phần
- 200ml sữa tươi
- 1 quả bạch đậu khấu
- 1 bột ca cao
- 400 ml cà phê mới pha
- Đường để hương vị

Các bước chuẩn bị
2. Đun nóng sữa với viên thảo quả đã ép và ca cao rồi để yên trong khoảng 10 phút. Đổ qua một cái rây và phân phối một nửa cà phê giữa các cốc. Trộn phần còn lại với máy đánh sữa và đổ lên cà phê.
3. Phục vụ và làm ngọt cho vừa ăn.

13. Cà phê espresso lạnh

thành phần
- 40ml cà phê espresso
- viên đá thứ 4
- 60 ml sữa đặc (7,5% béo)

Các bước chuẩn bị
1. Chuẩn bị cà phê espresso theo hướng dẫn trên bao bì. Ngay lập tức đặt cái này vào cái lạnh trong khoảng 30 phút.
2. Cho đá viên vào ly và rót cà phê espresso lạnh lên trên.
3. Dùng thìa rót từ từ sữa đặc vào ly và dùng ngay.

14. Mocha đá lạnh và lắc bạc hà

thành phần
- 600 ml espresso mạnh
- 150g đường
- sô cô la bạc hà để trang trí
- xi-rô sô cô la bạc hà để hương vị

Các bước chuẩn bị
1. Hòa tan đường trong espresso nóng. Để cà phê nguội bớt, sau đó cho vào ngăn đá và khuấy mạnh trong khoảng 2-3 giờ. Cứ sau 20 phút. Nếu chất lỏng gần như hoàn toàn là các tinh thể đá, thì hãy xay nhuyễn một lần bằng máy xay cầm tay hoặc trong máy xay sinh tố.
2. Nêm nếm với xi-rô sô cô la bạc hà. Đổ granita vào 4 cốc thủy tinh và trang trí với sô cô la bạc hà

15. Cà phê rum kem

thành phần
- 25 g cà phê xay thô (4 muỗng cà phê)
- 150ml kem tươi
- 4 miếng đường cục để hương vị nhiều hơn
- 160 ml rượu rum nâu
- vụn sô cô la để rắc

Các bước chuẩn bị
1. Đun sôi 600 ml nước, đổ bột cà phê vào bình đã làm nóng trước và đổ đầy nước. Để nó dốc trong 5 phút.
2. Đánh kem cho đến khi sủi bọt. Tráng ly bằng nước nóng, thêm 1-2 viên đường với 4 cl rượu rum, rót cà phê qua rây có lỗ rất mịn và cho một ít kem lên trên mỗi ly. Phục vụ rắc sô cô la bào.

16. Công thức cà phê kẹo

Thành phần của công thức cà phê kẹo:
- 20g xi-rô sô cô la
- 20g sữa đặc
- 150ml cà phê Santa Clara mới pha

Trộn tất cả mọi thứ và thưởng thức!

17. Kem cà phê xứ Bavaria

Nguyên Liệu Làm Kem Cà Phê Bavarian
- 1 muỗng cà phê hòa tan
- 1 cốc đá xay
- 1 muỗng canh bột ca cao (hoặc Chocolatto) ☐ ½ cốc sữa
- 25 ml gelatin không mùi hòa tan trong 1 muỗng canh nước ấm
- 4 lòng đỏ
- 1 muỗng canh đường
- 1 tách trà kem

Cách Làm Công Thức Kem Cà Phê Bavarian
1. Cho cà phê, gelatine, sữa vào máy xay sinh tố và đánh cho đến khi mọi thứ hòa tan.
2. Thêm cacao/Chocolatto, đường vào, đánh tiếp.
3. Cuối cùng, thêm kem, lòng đỏ trứng và đá bào. Nhấn lại. Đặt trong ly và làm lạnh trong 2 giờ. Ăn kèm với quả mọng.

18. Cà phê đá với kem

Thành phần
- 1 que dừa cháy
- 200 ml cà phê sữa đá 3 trái tim.

Chế độ chuẩn bị
1. Trộn cà phê trong máy xay sinh tố với kem dừa bị cháy.
2. Cho vào ly sữa lắc và dùng ngay.

19. Cà phê đá cốt dừa và caramel

Thành phần
- 1 muỗng cà phê Pimpernel hòa tan
- 50ml nước nóng
- 100ml nước cốt dừa
- 50 ml sữa
- 50ml nước dừa
- 1 muỗng cà phê đường (có thể là đường dừa)
- xi-rô caramel
- kem đánh

Sự chuẩn bị
1. Pha cà phê hòa tan với 50 ml nước nóng. Chờ cho nó nguội bớt. Cho vào khay đá viên cùng với nước dừa, để nguội.
2. Khi nó ở dạng đá, đánh trong máy xay sinh tố với sữa, nước cốt dừa và đường. Cho vào ly và phủ kem tươi và sốt caramel.

20. Cappuccino với vani và muối

Thành phần
- 1 muỗng kem vani chất lượng tốt (rất lớn)
- 2 muỗng cà phê Cappuccino Classic 3 Hearts
- 1 thìa muối hồng Himalaya (để dành ½ thìa rắc lên trên)

Sự chuẩn bị
1. Xay kem, cà phê cappuccino và nửa muỗng muối trong máy xay sinh tố.
2. Đặt trong cốc và đóng băng trong 2 giờ. Khi phục vụ, rắc muối còn lại lên trên.

CÔNG THỨC LÀM BÁNH

21. Bánh Brownie cà phê dừa

Thành phần:
- 1 hộp trộn sẵn cho bánh hạnh nhân
- 3 quả trứng
- 1/3 chén dầu thực vật
- 60 ml cà phê đã pha
- 200 g dừa nạo
  1 chén hạnh nhân rang
- ¼ muỗng cà phê chiết xuất hạnh nhân
- 1 lon sữa đặc
- Vỏ sô cô la

Sự chuẩn bị :
1. Làm nóng lò nướng ở nhiệt độ 180 C. Cho hỗn hợp đã làm sẵn cho bánh hạnh nhân, trứng, cà phê và dầu thực vật vào một cái bát rồi trộn đều cho đến khi quyện đều. Cho hỗn hợp vào hộp đã bôi mỡ và nướng trong 20 phút hoặc cho đến khi tăm chọc vào giữa thấy gần như sạch.
2. Trong khi nướng bánh hạnh nhân trong lò, trộn dừa, hạnh nhân, chiết xuất và sữa đặc cho đến khi kết hợp tốt. Khi bánh brownies vừa chín tới, hãy lấy chúng ra khỏi lò và cẩn thận phết hỗn hợp dừa lên trên. Đưa mẫu trở lại lò nướng trong 15 phút nữa.
3. Để nguội trong 1 giờ và trang trí với sô cô la đóng băng.

22. Bánh kẹo trái cây

Thành phần:
- 1 1/3 cốc (trà) kẹo trái cây sấy khô ngâm trong 1 cốc cachaça
- 2/3 chén đường nâu
- 7 muỗng canh bơ đóng chai
- 1 cốc sữa ▯ 1 quả trứng đánh tan
- 2 ¼ chén bột mì
- 1 thìa bột nở
- 1 muỗng cà phê gừng nạo
  1 muỗng cà phê và bột quế

Sự chuẩn bị
1. Cho trái cây sấy khô, bơ, đường và sữa vào chảo. Đun nóng trên lửa nhỏ cho đến khi bơ và đường tan chảy. Dự trữ. Trong một cái bát, trộn đều bột mì, men và gia vị. Đục một lỗ ở giữa và thêm hỗn hợp trái cây khô. Đặt trứng đã đánh. Trộn đều mọi thứ bằng thìa silicone.
2. Cho vào khuôn bánh kiểu Anh đã bôi mỡ và nướng trong lò đã làm nóng sẵn ở nhiệt độ 180 độ trong khoảng 50 phút.

23. Cupcake cà phê Giáng sinh

Thành phần
- 1 chén bột mì
- 1/2 chén đường
- 1 chén bột ca cao
- 1 muỗng cà phê men hóa học
- 1/2 muỗng cà phê baking soda
- 1 thìa cà phê hòa tan Pimpinela
- 2 muỗng cà phê bột quế
- 1/4 muỗng cà phê bột đinh hương
- 1/2 muỗng cà phê bột gừng
- 1/2 muỗng cà phê muối
- 1/2 cốc sữa

    1/4 chén dầu thực vật
- 1 quả trứng lớn
- 1/2 muỗng cà phê tinh chất vani ⬜ 1 cốc nước thật nóng.

Sự chuẩn bị
1. Làm nóng lửa ở 180 độ. Đặt khuôn cupcake vào chảo.
2. Trong một cái bát, đặt bột mì, đường, ca cao, baking soda, men hóa học, đinh hương, quế, gừng và cà phê. Trộn đều và để một bên. Trong một máy trộn, đặt dầu, trứng, sữa và vani. Thêm các thành phần khô dành riêng và đánh ở tốc độ trung bình cho đến khi được trộn đều. Thêm nước nóng và đánh với tốc độ nhanh trong 1 phút nữa để sục khí. Chia đều bột vào các khuôn và nướng trong 20 phút hoặc cho đến khi chọc tăm vào thấy bột khô.

24. Bánh Sắn Cà Phê Dừa

Thành phần
- 3 chén sắn sống (sắn) trong một bộ xử lý thực phẩm
- 3 ly trà đường
- 3 muỗng canh bơ
- ¼ tách cà phê Santa Clara đã lọc
- ¼ cốc sữa
- 3 lòng trắng trứng
- 3 viên đá quý
- ½ chén phô mai parmesan nạo
- 100 gram dừa nạo
- 1 muỗng canh bột nở
- 1 nhúm muối

Sự chuẩn bị

1. Cho sắn vào máy xay, cho vào khăn vải, vắt kỹ và chắt bỏ sữa. Trải bột vào khuôn và đặt sang một bên. Trong một máy trộn điện, đánh đường và bơ. Khi nó có màu trắng, thêm lòng đỏ, phô mai bào, cà phê và sữa. Đánh cho đến khi tất cả các thành phần được kết hợp tốt. Thêm khối sắn và dừa. Trộn bằng thìa. Cuối cùng, men và lòng trắng trong tuyết, trộn bằng thìa. Nướng trong chảo mỡ mà bạn chọn trong lò nướng đã làm nóng trước ở 180 độ trong khoảng 40 phút hoặc cho đến khi bề mặt có màu vàng nâu.

25. Chuối cà phê socola

thành phần
- 2 muỗng canh nước cốt chanh
- 1 muỗng canh đường
- 1 nhúm bột vani
- 1 quả chuối
- 2 muỗng canh xi-rô sô cô la
- 400 ml cà phê nóng mới pha
- 150ml sữa
- bột ca cao để rắc Các bước chuẩn bị

1. Đun sôi nước cốt chanh với đường, vani và 100 ml nước trong nồi. Gọt vỏ và thái hạt lựu chuối. Đổ vào nồi, đun nhỏ lửa trong 1-2 phút rồi tắt bếp. Để nguội một chút, sau đó rót vào 4 ly.
2. Trộn xi-rô với cà phê và cẩn thận đổ lên chuối trừ 2 muỗng canh. Đun nóng phần cà phê còn lại với sữa và trộn cho đến khi sủi bọt. Đổ cà phê lên trên và rắc một ít ca cao lên trên.

26. Công thức bánh hạnh nhân cà phê

Thành phần
- ¾ cốc sô cô la bột
- 1 ½ cốc đường
- 1 muỗng cà phê muối
- 1 ½ chén bột mì
- ¼ tách cà phê Pimpernel đã được lọc
- 1 thìa cà phê hòa tan Pimpinella
- 1 cốc sô cô la chip
- 4 quả trứng đánh tan
- 1 muỗng canh vani
- ½ chén dầu thực vật
- Hạt được thái nhỏ
- dâu thủy tinh xắt nhỏ

sự chuẩn bị
1. Làm nóng lò ở 160 độ
2. Trong một bát lớn, trộn đều tất cả các nguyên liệu khô.
3. Thêm các nguyên liệu lỏng, trứng đã đánh và chocolate chip.
4. Bôi trơn khuôn bánh lớn (20x20cm) bằng giấy nến.
5. Nấu ở 160 độ trong 30 phút hoặc cho đến khi vừa
6. Làm mát trước khi phục vụ.

27. Bánh vả caramen cà phê

thành phần
- 60 g đường mía nguyên chất
- 3 muỗng canh đường cát (để rắc quả sung)
- 10 quả sung hữu cơ (tươi)
- 4 quả trứng miễn phí (lòng đỏ và lòng trắng riêng biệt)
- 2 muỗng cà phê hạt hòa tan
- 90 g bột mì nguyên cám
- 1 muỗng cà phê chuẩn bị baking soda

1. Đối với món bánh và caramen nhân cà phê, bạn rửa sạch quả sung, cắt đôi theo chiều dọc, rắc đường cát rồi xếp quả nằm úp xuống đáy chảo.
2. Trong một cái bát, đánh lòng đỏ trứng với toàn bộ đường mía cho đến khi sủi bọt. Trộn riêng bột mì với cà phê và muối nở rồi dần dần trộn mọi thứ với hỗn hợp trứng.
3. Cuối cùng, đánh lòng trắng trứng thành tuyết và trộn với bột bánh. Trộn một vài thìa tuyết để làm lỏng hỗn hợp, sau đó dùng thìa cao su để gấp phần tuyết còn lại vào bột theo chuyển động tròn.
4. Đổ hỗn hợp lên quả sung trong chảo và nướng trong 25 đến 30 phút. Bánh đã chín khi rút ra không còn bột dính vào que tăm đã cắm vào bánh.
5. Lấy bánh và caramen nhân cà phê đã hoàn thành ra khỏi lò và lật ngay (nếu không caramen sẽ dính vào chảo!). Một món tráng miệng ngon ngọt.

28. Bánh nướng xốp Mocha

thành phần
- 3 quả trứng
- 180ml dầu thực vật
- 120 ml cà phê đậm đặc (đã nguội)
- 1 muỗng cà phê bột vani
- 240ml bơ sữa
- 210 g bột mì
- 170 g bột mì nguyên cám
- 25 g bột ca cao
- 210 g đường nâu
- 1/2 muỗng cà phê bột nở
- 1 muỗng cà phê baking soda
- 1/2 thìa cà phê muối
- 100 g hạt dẻ hoặc hạt hồ đào (xắt nhỏ)
- Chuẩn bị 170 g chocolate chip

1. Đối với bánh nướng xốp mocha, làm nóng lò ở 190 độ và đặt khuôn giấy vào khay bánh nướng xốp.
2. Trộn trứng, bơ sữa, dầu, cà phê và bột vani trong một cái bát.
3. Trong bát thứ hai, kết hợp bột mì, ca cao, đường, bột nở, muối nở và muối. Sau đó thêm các loại hạt và sô cô la chip.
4. Sử dụng thìa, cẩn thận gấp các thành phần ẩm vào hỗn hợp bột.
5. Đổ bột vào khuôn giấy và nướng bánh nướng xốp mocha trong khoảng 20-25 phút. Để bánh nướng xốp nguội trước khi ăn.

29. Bánh cà phê đơn giản

thành phần
- 150 g bơ (đun chảy)
- 200 g đường
- 1 quả trứng
- 250ml cà phê (đen)
- 400 g bột mì (mịn)
- 1 gói bột nở
- 1 gói đường vani
- một ít vỏ chanh (để nếm thử)

1. Trong một bát lớn, khuấy bơ, đường và trứng đã làm ấm cho đến khi sủi bọt. Sau đó khuấy đều bột mì đã trộn với bột nở, đường vani, vỏ chanh và cà phê.
2. Đổ bột vào chảo đã thoa mỡ hoặc khay có lót giấy nướng (hộp, bánh bông lan hoặc khay nướng bánh, hoặc khay nướng bánh tùy thích).
3. Nướng ở khoảng. 175°C (lò nướng đối lưu) ít nhất 45 phút, sau đó kiểm tra và nướng thêm 10 phút nếu cần.

30. Bánh nướng Tiramisu

thành phần
- 1 cốc (hoặc) rượu mùi (hoặc cà phê/sữa có đường, để ngâm)

Đối với bánh tartlet:
- 200 g bột mì
- 1 muỗng cà phê bột nở
- 1/2 thìa cà phê muối
- 2 quả trứng
- 60ml cà phê (đen)
- 1 chai (các) hương rượu rum (khoảng 2 ml)
- 100 g đường

Đối với kem mascarpone:
- 2 quả trứng (tách)
- 5 muỗng canh đường
- 1 gói đường vani
- 300 g mascarpone chuẩn bị

1. Đối với bánh tartlet, làm nóng lò nướng ở nhiệt độ 180 ° C và đổ đầy hộp bánh nướng xốp bằng hộp giấy.
2. Tách trứng và trộn đều lòng đỏ trứng với hương cà phê, rượu rum và 50 g đường. Đánh lòng trắng trứng cho đến khi bông cứng và trộn với phần đường còn lại.
3. Trộn đều bột mì, bột nở và muối trong một cái tô. Từ từ khuấy hỗn hợp bột mì, muối và bột nở này vào hỗn hợp lòng đỏ trứng và cà phê. Gấp trong lòng trắng trứng.
4. Đổ bột vào khuôn và nướng trong khoảng 20-25 phút.
5. Đối với kem, trộn lòng đỏ trứng với đường và đánh cho đến khi sủi bọt. Đánh lòng trắng trứng thành tuyết. Khuấy mascarpone vào hỗn hợp trứng và cho lòng trắng trứng vào. Cho vào tủ lạnh khoảng 1 tiếng!
6. Lấy bánh nướng nhỏ ra khỏi lò, ngâm chúng trong rượu mùi (hoặc cà phê có đường) và để nguội trên giá dây.
7. Lấy kem ra khỏi tủ lạnh và trang trí những chiếc bánh cupcake đã nguội với nó.

31. Bánh bao đậu phộng

Thành phần cho cookie:
- 2 chén bột mì rây
- 1 muỗng canh bột nở
- ½ chén đậu phộng rang không muối
- ½ chén đường
- 5 thìa bơ
- 1 quả trứng đánh tan
- ½ tách cà phê cục mạnh 3 trái tim
- ¼ cốc sữa

Đối với bảo hiểm:
- ¼ chén bột mì đã rây
- 1 muỗng canh bơ
- ¼ chén đậu phộng rang không muối
- 1 thìa cà phê hòa tan 3 trái tim
- 1 ½ muỗng canh đường nâu

Sự chuẩn bị
1. Trong một cái bát, trộn đều bột mì, men, đậu phộng và đường. Thêm bơ và dùng nĩa trộn đều các nguyên liệu khô.
2. Trong một hộp đựng khác, đánh trứng và thêm sữa và cà phê. Nhẹ nhàng thêm hỗn hợp này vào các thành phần khô. Chia bột vào khuôn và chuẩn bị topping. Trộn bột mì và bơ cho đến khi có độ sệt như hạt. Cho đậu phộng, cà phê và đường vào, dùng phới trộn nhẹ nhàng. Rắc topping này trên bánh bao. Nướng trong lò làm nóng trước ở 200 độ trong 20 đến 25 phút.

32. Bánh nướng xốp cà phê Ailen

thành phần
- 1 thìa cà phê
- 400 g bơ sữa
- 130 g bột mì (mịn)
- 130 g bột mì (tiện dụng)
- 1 gói bột nở
- 1 nhúm baking soda
- 80 g quả óc chó (thái nhỏ)
- 130 g đường (nâu)
- 1 quả trứng
- 70ml dầu thực vật
- 40 ml rượu whisky
- chuẩn bị 12 khay nướng giấy

1. Hòa tan cà phê trong buttermilk.
2. Trong bát thứ hai, trộn bột mì, bột nở, muối nở và các loại hạt đã cắt nhỏ.
3. Sau đó thêm trứng đánh bông, đường, dầu và rượu whisky vào hỗn hợp bơ sữa.
4. Sau đó thêm hỗn hợp bột.
5. Đặt các khuôn nướng giấy vào khay muffin và đổ đầy bột (bạn cũng có thể đặt một nửa quả óc chó lên trên bột).
6. Đặt bánh nướng xốp vào lò nướng đã làm nóng trước (160°C, lò có quạt) trong khoảng 20 phút.

33. Bánh chuối với cà phê

Thành phần
- 4 quả chuối lùn lớn, rất chín
- 1 cốc (trà) vụn bánh mì
- 1 cốc (trà) đường
- 4 quả trứng
- 3/4 chén dầu hướng dương hoặc dầu ngô
- 100 g hạt Brazil xắt nhỏ
- 1 thìa cà phê 3 Gourmet
- 1 thìa (món tráng miệng) men hóa học

Sự chuẩn bị
1. Trong máy xay sinh tố, đánh chuối với trứng và dầu. Thêm bột mì, đường và cà phê, đánh liên tục.
2. Thêm hạt dẻ và men, trộn nhẹ nhàng. Nướng trong khuôn đã bôi mỡ trong lò nướng ở nhiệt độ 180°C trong khoảng 40 phút.

34. Bánh kem với cà phê thượng hạng Espresso Tres

Thành phần
- 1 tách (cà phê) cà phê pha mạnh
- Colomba Lát (½ colomba)
- kem là đủ
- 1 viên cà phê TRES Supreme Espresso (hoặc yêu thích của bạn)
- 150 gram sô cô la nửa ngọt để làm tan chảy
- 2 muỗng canh kem chua

Phương pháp chuẩn bị
1. Lót hộp bánh bằng màng bọc thực phẩm. Đặt một lớp kem.
2. Thêm các lát Colomba. Mưa phùn với cà phê căng thẳng. Thêm kem, sau đó là Colomba, đổ cà phê liên tục cho đến hết chảo. Đặt trong tủ đông trong 1 giờ.
3. Làm ganache bằng cách thêm sô cô la tan chảy, cà phê espresso và kem. Bọc bánh với ganache trước khi phục vụ.

35. Bánh bông lan

thành phần

- 1/2 lít sữa
- 15 g bột pudding vani
- 1 lòng đỏ trứng gà
- 5 dag đường
- 12 ngày rama
- 12 ngày Koketta
- 2 gói. Ngón tay phụ nữ
- Chuẩn bị cà phê (lạnh trộn với một chút rượu rum)

1. Đối với bánh bông lan, cho sữa, bột bánh pudding vani, lòng đỏ trứng và đường vào đun sôi, khuấy liên tục.
2. Đặt Rama và Koketta vào ly trộn và thêm ngay hỗn hợp đã đun sôi và vẫn còn nóng vào ly trộn. Trộn ở mức cao nhất trong 2 phút. Bây giờ để hỗn hợp nghỉ trong tủ lạnh trong 12 giờ.
3. Đánh kem bằng máy trộn cầm tay.
4. Nhúng các ngón tay xốp vào hỗn hợp cà phê-rum và xếp lớp xen kẽ với kem đã đánh bông trong khuôn bánh.
5. Trang trí bánh bông lan với kem tươi và dâu tây tùy thích.

36. Bánh nướng xốp cà phê hòa tan

Thành phần
- 4 lòng đỏ
- 4 lòng trắng trứng
- 3 ½ muỗng canh đường
- 2 ½ muỗng canh bột bắp
- 1 muỗng (tráng miệng) Cà phê hòa tan 3 trái tim truyền thống
- 4 muỗng canh dừa nạo
- 4 muỗng canh sô cô la hạt

Phương pháp chuẩn bị
1. Đánh lòng đỏ trứng với đường cho trắng.
2. Dần dần thêm bột ngô, cà phê hòa tan, sô cô la và dừa.
3. Lấy ra khỏi máy trộn điện và nhẹ nhàng đặt lòng trắng trứng.
4. Nướng từng miếng ramekin đã bôi mỡ trong 30 phút ở nhiệt độ 180°C. Rang xong rắc đường phèn lên.

37. Bánh cà phê với sữa

Thành phần
- 1 viên TRES Cà Phê Sữa
- 3 quả trứng
- 4 quả chuối rất chín
- 2 chén yến mạch cán mỏng
- 1 ly mơ xắt nhỏ
- 1/2 chén quả óc chó xắt nhỏ
- 1/2 chén nho khô
- 1/2 chén mận đen xắt nhỏ
- 1 muỗng canh men

Nguyên liệu
1. Trong một cái bát, kết hợp yến mạch, quả óc chó, quả mơ, nho khô và mận.
2. Đánh trứng với chuối trong máy xay sinh tố. Thêm cà phê với sữa.
3. Cho men với các nguyên liệu khô vào tô và trộn đều.
4. Thêm chuối đã đánh bông với trứng, trộn đều và cho mọi thứ vào hộp bánh kiểu Anh đã bôi mỡ để nướng trong lò đã làm nóng trước (180°C) cho đến khi chín vàng. Nếu bạn thích, rắc đường bột hoặc quế.

38. Bánh Zucchini với cà phê Espresso

Thành phần
- 320 g đường
- 300 g bột mì
- 100 g bột hạnh nhân
- ½ muỗng cà phê baking soda
- 1 ½ muỗng canh men bột
- 500 g bí xanh nạo
- 3 quả trứng
- ½ muỗng canh chiết xuất vani
- 2 muỗng cà phê bột quế
- ½ thìa hạt nhục đậu khấu
- 1 muỗng cà phê gừng nạo
- ½ muỗng cà phê muối
- 200 ml dầu canola hoặc dầu ngô
- 50 ml Espresso Ameno TRES
- 150 g đường bột
- 150 g đường thường

Sự chuẩn bị
1. Trong một máy trộn, thêm dầu, đường, trứng và vani. Đánh ở tốc độ cao cho đến khi hỗn hợp có màu trắng đục (khoảng 10 phút).
2. Trong khi đó, trong một cái bát, trộn bột mì, quế, nhục đậu khấu, gừng, muối và baking soda với nhau. Trộn đều. Thêm nội dung vào máy trộn. Đánh trong 15 phút, hoặc cho đến khi mịn.
3. Bên ngoài máy trộn, thêm zucchini và men, trộn đều nhưng nhẹ nhàng. Đặt mọi thứ lên chảo đáy có thể tháo rời được bôi mỡ bằng bơ và bột mì. Cho bánh vào lò nướng ở nhiệt độ 190°C trong khoảng 50 phút.
4. Kết hợp hai loại đường trong một cái bát và đặt cà phê espresso nhẹ đã lạnh. Trộn đều cho đến khi tạo thành lớp phủ.
5. Đặt lên bánh đã hoàn thành khi nó vẫn còn nóng. Phục vụ với một thìa kem đánh bông.

39. Bơ đậu phộng và bánh hạnh nhân cà phê

Thành phần
- 250 g sô cô la đen tan chảy
- 1 muỗng canh cà phê hòa tan Santa Clara
- 1 muỗng canh bơ trong thuốc mỡ
- 3 quả trứng
- 1 chén đường
- ¾ chén bột mì rây kỹ
- 1 muỗng cà phê tinh chất vani
- ½ chén bơ đậu phộng
- 1 muỗng canh bơ trong thuốc mỡ
- 2 muỗng canh đường
  1 cái này
  1 muỗng canh bột mì

Sự chuẩn bị
1. Trong một cái bát, trộn sô cô la tan chảy và cà phê hòa tan với bơ. Cho trứng, đường, tinh chất vani vào trộn đều.
2. Cuối cùng cho bột mỳ vào, trộn đều. Dự trữ.
3. Trộn bơ đậu phộng với bơ, trứng, đường và bột mì. Hãy chắc chắn rằng nó là một dán rất mịn.
4. Trong khuôn đã bôi mỡ, múc bột vào khuôn, trộn sô cô la với đậu phộng.
5. Dùng thìa hoặc nĩa, kéo giá này sang giá kia để tạo hiệu ứng cẩm thạch. Nướng trong lò đã làm nóng trước (180°C) trong 25 đến 30 phút.

40. Bánh phô mai kem espresso hạt dẻ

thành phần

Đối với lớp vỏ hạt:
- 300 g hạt phỉ
- 60 g bơ
- 100 g đường
- 1 muỗng canh mật ong lỏng ☐ Phần nhân:
- 500 g ricotta (kem)
- 200 g phô mai kem (cài đặt kem đôi)
- 2 muỗng canh bột mì
- 2 quả trứng (M)
- 125 g đường
- 1 gói đường vani
 1 muỗng cà phê bột quế
 Pha chế 60 ml espresso (đã nguội)

1. Đối với lớp vỏ hạt của bánh pho mát kem espresso hạt dẻ, làm nóng lò trước ở 200 ° (đối lưu 180 °). Đặt hạt phỉ lên khay nướng và nướng trong lò (ở giữa) trong 6-10 phút cho đến khi vỏ hạt nứt ra và chuyển sang màu đen. Lấy ra, đặt trên một chiếc khăn bếp và chà xát vỏ với nó. Vặn lò xuống 180° (đối lưu 160 °).
2. Lót đáy và cạnh của chảo bằng giấy da. Để hạt phỉ nguội trong khoảng 30 phút.
3. Xắt nhỏ 2 muỗng canh hạt và để sang một bên.
4. Đun chảy bơ, trộn với đường và mật ong rồi để nguội một chút. Nghiền mịn các loại hạt còn lại trong máy xay sinh tố và khuấy vào hỗn hợp bơ. Đổ hỗn hợp hạt vào khuôn và phết xung quanh đáy và cạnh bằng thìa. Sau đó làm lạnh khuôn với hỗn hợp.

5. Để làm nhân, trộn phô mai ricotta và kem bằng máy trộn cầm tay cho đến khi mịn.
   Cho bột mì vào khuấy đều, sau đó cho từ từ trứng vào khuấy đều cho đến khi hỗn hợp sánh mịn. Khuấy đường, đường vani, bột quế và cà phê espresso.
6. Rải nhân lên đế bột. Nướng trong lò (ở giữa) trong 35-40 phút. Bánh đã sẵn sàng khi nó hơi "run" khi bạn chạm vào giữa chảo. Lấy bánh ra và để nguội trong vài giờ trên giá dây.
7. Trước khi phục vụ, lấy bánh pho mát kem cà phê hạt phỉ ra khỏi khuôn và rắc hạt phỉ đã để sang một bên.

41. Bánh đánh vần sô cô la

thành phần

bột:
- 300 g bột mì
- 200 g hạnh nhân (xay)
- 150 gam đường
- 1/2kg bột nở
- 4 quả trứng
- 1 tách cà phê (lạnh)

chuyển đổi:
- 180 g bơ
- 150 g sô cô la đen
- 1 nhúm muối chuẩn bị

1. Đối với bánh sô cô la đánh vần, trộn khô bột mì đánh vần, hạnh nhân xay, đường và bột nở. Sau đó đánh trứng và cốc cà phê lạnh, trộn với các thành phần còn lại và phết bột hơi lỏng lên khay nướng. Nướng ở 200°C trong khoảng 20 phút.
2. Để bánh sô cô la đánh vần nguội và phủ một lớp vải tối màu.
3. Rắc với rất nhiều tình yêu.

42. Bánh sữa chua

thành phần
- 4 quả trứng
- 300-400 g bột mì
- 1 cốc sữa chua
- 200-300 g đường cát
- 100 - 200 g bơ lạt (nếu có thể thái hạt lựu)
- Mứt (để lây lan)
- 1 nhúm muối (không muối biển nếu không quá mặn)
- 1 gói bột nở
- 1 gói chuẩn bị đường vani

1. Đối với phần bánh sữa chua, bạn tách trứng ra và đánh lòng trắng trứng thành dạng tuyết (đừng quên rắc chút muối). Làm tan chảy bơ.
2. Thêm bơ đun chảy, đường bột, đường vani và bột nở vào lòng đỏ trứng và trộn đều.
3. Lần lượt cho lòng trắng trứng đã đánh bông, bột mì và hũ sữa chua vào trộn đều và nhẹ nhàng.
4. Phết một ít bơ và bột mì lên khuôn nướng mà bạn chọn (bánh có thể dễ dàng lấy ra sau khi nướng). Đổ hỗn hợp bột vào khuôn và nướng ở nhiệt độ 200 - 220°C.
5. Sau khi nướng và để nguội, cắt đôi bánh sữa chua và phết mứt lên.

43. Bánh hoa anh túc

thành phần

Đối với khuôn bánh 25 cm:
- 6 quả trứng
- 200 g hạt xám (xay)
- 100 g hạnh nhân (đã nạo)
- 50 g sô cô la (gạo)
- 80 g đường mía
- 250 g bơ (mềm)
- 1 muỗng canh đường vani
- 1 chiếc. Cam (chỉ lấy vỏ)
- 1/2 quả chanh (chỉ lấy vỏ)
- 1 nhúm muối ma thuật Sonnentor (tốt)
- Quả lý chua đen phết (hoặc tương tự)

Kem phủ lên bánh:
- 250 g đường cát
- 2 muỗng canh nước
- 2 muỗng canh nước cốt chanh
- Hỗn hợp hoa gia vị điện hoa

sự chuẩn bị

1. Đối với bánh hoa anh túc Flower Power, tách trứng thành lòng đỏ và trong, trộn hạt anh túc với hạnh nhân và sô cô la.
2. Trộn bơ với đường bột, một chút muối, đường vani, vỏ cam và chanh cho đến khi sủi bọt. Dần dần trộn trong lòng đỏ và khuấy đều cho đến khi sủi bọt.
3. Đánh lòng trắng trứng với đường mía thô trên lớp kem tuyết và cho vào hỗn hợp bơ xen kẽ với hỗn hợp hạt anh túc, hạnh nhân và sô cô la.
4. Đổ hỗn hợp vào khuôn lò xo đã bôi mỡ, rắc bột mì, nướng ở nhiệt độ 160 °C trong khoảng. 50 phút, lấy ra khỏi khuôn sau khi nguội và bày ra đĩa.
5. Xay nhuyễn hoa quả phết, lọc qua rây, hơ nóng rồi dàn mỏng mặt trên và xung quanh bánh.
6. Đối với men, trộn các thành phần thành một khối mịn, dày. Trộn hoa gia vị điện hoa và men bánh.

44. bánh anh đào

thành phần

Đối với bột:
- 200 g bơ
- 200 g đường cát
- 200 g bột mì
- 40g bột ngô
- 5 quả trứng
- 1 gói đường vani

Đối với tấm kim loại:
- 400 g anh đào

sự chuẩn bị
1. Rửa sạch, để ráo nước và bỏ lõi quả anh đào.
2. Làm nóng lò ở nhiệt độ 180°C. Lót khay bằng giấy nướng.
3. Tách trứng và đánh lòng trắng trứng thành tuyết. Để làm điều này, đánh lòng trắng trứng cho đến khi nó chuyển sang màu trắng và sau đó trộn với một nửa lượng đường.
4. Trộn bơ, đường còn lại, lòng đỏ và đường vani cho đến khi sủi bọt.
5. Rây bột mì và bột ngô với nhau để không có lỗ trên bánh anh đào.
6. Trộn hỗn hợp trứng-đường-tuyết xen kẽ với hỗn hợp bột vào khối lòng đỏ.
7. Trải bột lên giấy nướng và phủ anh đào lên trên.
8. Nướng bánh anh đào trong khoảng 15-20 phút, để nguội, thêm đường nếu muốn và cắt thành miếng có kích thước tùy ý.

45. Bánh cam sô cô la với cỏ ngọt

thành phần

- 4 miếng. người sở hữu
- 30 g nước ép cây thùa
- 20 g kem chua
- 4 muỗng cà phê hạt stevia
- 1 1/2 muỗng cà phê bột quế
- 1 muỗng cà phê bột vani bourbon
- 1 nhúm bột đinh hương
- 2 muỗng canh rượu rum
- 1 chiếc. Cam (nước trái cây và vỏ)
- 90 g nước cốt dừa
- 3 muỗng canh sữa (hoặc sữa đậu nành)
- 90 g bột mì nguyên cám
- 35 g hạnh nhân (xay)
- 2 muỗng canh ca cao
- 10 g vụn ngũ cốc nguyên hạt (vụn bánh mì)
- 1 gói chuẩn bị bột nở tartar

1. Đối với bánh sô cô la và cam, tách trứng và để lòng trắng trứng sang một bên.
2. Trộn lòng đỏ (lòng đỏ trứng), xi-rô cây thùa, kem, cỏ ngọt, quế, vani, đinh hương, rượu rum và vỏ cam cho đến khi mịn.
3. Trộn nước cốt dừa, sữa và nước cam trong một cái bát và thêm vào.
4. Khi thực hiện việc này, hãy đặt máy xay ở mức thấp vì khối lượng rất lỏng.
5. Trộn đều bột mì, hạnh nhân, ca cao, vụn bánh mì (breadcrumbs) và bột nở với nhau.
6. Trộn với khối lượng.
7. Cho lòng trắng trứng đã đánh bông vào, cho vào khuôn và nướng trong lò đã làm nóng sẵn ở 180°C trong 40 đến 45 phút.

46. Bánh hạt bí với kem rượu rum

thành phần

Đối với bánh hạt bí ngô:
- 8 chiếc. Lòng đỏ trứng
- 200 g đường cát
- 8 g vụn bánh mì
- 200 g hạt bí ngô (xay)
- 1 gói đường vani
- 2 muỗng canh rượu rum
- 8 miếng lòng trắng trứng
- Bơ và bột mì (cho chảo)

Đối với kem rượu rum:
- 200ml kem tươi
- 4 cl rượu mùi trứng
- 1 ly rượu rum
- 1 muỗng cà phê chuẩn bị đường vani

1. Đối với bánh hạt bí ngô, đánh lòng đỏ với 1/3 lượng đường cát, một chút muối và đường vani cho đến khi nổi bọt.
2. Trộn đều hạt bí ngô Styria đã xay mịn, bột mì, rượu rum, vụn bánh mì và bột mì với lòng trắng trứng đã đánh bông với phần đường còn lại cho đến khi bông cứng.
3. Lót đáy hộp bánh cỡ trung bình bằng giấy da, phết bơ lên mép và rắc bột mì.
4. Đổ hỗn hợp bánh vào và nướng ở nhiệt độ 170°C trong khoảng 40 phút cho đến khi có màu nâu nhạt.
5. Đối với kem rum, đánh bông kem tươi cho đến khi hơi bông cứng, trộn nhẹ rượu mùi trứng, rượu rum và 1 thìa cà phê đường vani rồi đổ một thìa lên các miếng bánh.

47. Bánh nướng xốp cà phê - hạt phỉ - sô cô la

thành phần

- 280 g Mehl
- 210g đường
- 3 quả trứng
- 2 gói đường vani
- 150 g bơ (đun chảy)
- 50 ml sữa
- 150 ml Caffee (kali)
- 1 quả vani (cùi của nó)
- 4 muỗng canh quả phỉ (xay)
- 2 muỗng canh sô cô la sữa (grated) chuẩn bị

1. Đối với bánh nướng xốp cà phê, hạt phỉ và sô cô la, hãy làm nóng lò nướng ở nhiệt độ 150 độ. Bôi trơn hộp muffin bằng bơ và rắc bột mì. Hoặc xếp hàng với hộp giấy muffin nhỏ.
2. Trộn đường, đường vani, cùi của quả vani và 4 quả trứng cho đến khi sủi bọt. Trộn bột mì, bột nở, các loại hạt và sô cô la với nhau.
3. Làm tan chảy và khuấy trong bơ. Khuấy sữa và cà phê. Cuối cùng cho hỗn hợp trứng và đường vào khuấy đều.
4. Bánh nướng xốp sô cô la hạt dẻ nướng trong lò nướng trong 25-30 phút ở 180 độ.

48. Bánh cà phê hạt nhanh

thành phần
- 4 quả trứng
- 1 nhúm muối
- 100 g quả óc chó (nghiền mịn)
- 1 gói bột cà phê đá (20 g)
- 2 muỗng canh đường bột
- 1 ly rượu rum anh đào
- 1 chén chuẩn bị kem tươi

1. Đối với bánh cà phê hạt nhanh, trước tiên hãy tách trứng. Đánh lòng trắng trứng bằng một nhúm muối cho đến khi cứng lại. Đánh lòng đỏ trứng và đường bột cho đến khi sủi bọt.
2. Trộn bột cà phê đá, các loại hạt nghiền và rượu rum anh đào vào hỗn hợp lòng đỏ. Cho lòng trắng trứng vào và phết hỗn hợp vào chảo dạng lò xo nhỏ đã bôi mỡ và rắc bột (đường kính 20 cm).
3. Phục vụ với kem đánh bông và quả óc chó nghiền thô. Nướng ở khoảng. 170°C.

49. Bánh bó hạt

thành phần
- 200 g bơ
- 250 gam đường
- 1 gói đường vani
- 5 lòng đỏ
- 1 nhúm quế
- 180 g quả phỉ (gạo hoặc quả óc chó)
- 120 g bột mì (tiện dụng)
- 3 muỗng cà phê bột nở
- 5 miếng lòng trắng trứng
- Chuẩn bị 100 g sô cô la (thái nhỏ)

1. Đối với bánh bundt hạt, khuấy bơ cho đến khi nổi bọt và thêm dần đường, đường vani, lòng đỏ, quế, các loại hạt và bột trộn với bột nở.
2. Đánh lòng trắng trứng thành tuyết cứng. Nhấc sô cô la đã cắt nhỏ dưới tuyết và gấp khối này vào bột. Đặt hỗn hợp ở dạng mịn, vụn.
3. Nướng bằng khí nóng ở 180°C trong khoảng 45 phút. Để yên trong lò đã tắt trong 5 phút trước khi lấy ra.
4. Để nguội và bọc đường.

50. Bánh bông lan phô mai sữa đông Nutella

thành phần
- 5 quả trứng
- 300 g bột mì
- 100 g đường
- 250 g phô mai sữa đông
- 200 g bơ (mềm)
- 200 g Nutella
- 100 g sô cô la (để tan chảy)
- 1 muỗng canh Nutella (để tan chảy)
- 200 g sô cô la

sự chuẩn bị
1. Bơ một cái chảo bó và rắc đường.
2. Tách trứng, đánh lòng đỏ với đường cho nổi bọt, đánh lòng trắng trứng bông đặc.
3. Đun chảy Nutella với bơ và sô cô la rồi khuấy vào khối lòng đỏ trứng và đường cùng với phô mai sữa đông và bột mì đã rây, cho lòng trắng trứng vào, đổ vào chảo Gugelhupf và nướng ở 160 ° C trong khoảng 45 phút.
4. Để Gugelhupf nghỉ trong 5 phút trước khi lật lại.
5. Trong khi Gugelhupf đang nghỉ ngơi, hãy làm tan chảy sô cô la và Nutella còn lại.
6. Trang trí phô mai sữa đông Nutella Gugelhupf ấm với sô cô la lỏng và lý tưởng nhất là dùng khi còn ấm.

NGƯỜI ĂN CHAY

51. Cà phê và chuối lắc

Thành phần

- 400 ml cà phê (nóng, đậm)
- 2 muỗng canh đường
- 2 quả chuối (miếng lớn)
- 1/2 quả vani (cùi)
- 2 muỗng canh hạt hạnh nhân (xay mịn)
- 2 muỗng cà phê xi-rô phong
- 6 viên đá
- Dừa bào sợi (để trang trí) Chuẩn bị

1. Đối với cà phê chuối lắc, đầu tiên trộn cà phê với đường cho đến khi tan hết. Làm lạnh trong tủ lạnh ít nhất 30 phút.
2. Nghiền cà phê, chuối, vani, hạt hạnh nhân và xi-rô trong máy trộn cầm tay. Thêm đá viên và trộn cho đến khi chúng được cắt nhỏ.
3. Đổ hỗn hợp chuối lắc cà phê vào hai ly uống nước dài và trang trí bằng dừa bào sợi.

52. Bánh vả caramen cà phê

Thành phần
- 60 g đường mía nguyên chất
- 3 muỗng canh đường cát (để rắc quả sung)
- 10 quả sung hữu cơ (tươi)
- 4 quả trứng miễn phí (lòng đỏ và lòng trắng riêng biệt)
- 2 muỗng cà phê hạt hòa tan
- 90 g bột mì nguyên cám
- 1 muỗng cà phê baking soda

Sự chuẩn bị
1. Đối với món bánh và caramen nhân cà phê, bạn rửa sạch quả sung, cắt đôi theo chiều dọc, rắc đường cát rồi xếp quả nằm úp xuống đáy chảo.
2. Trong một cái bát, đánh lòng đỏ trứng với toàn bộ đường mía cho đến khi sủi bọt. Trộn riêng bột mì với cà phê và muối nở rồi dần dần trộn mọi thứ với hỗn hợp trứng.
3. Cuối cùng, đánh lòng trắng trứng thành tuyết và trộn với bột bánh. Trộn một vài thìa tuyết để làm lỏng hỗn hợp, sau đó dùng thìa cao su để gấp phần tuyết còn lại vào bột theo chuyển động tròn.
4. Đổ hỗn hợp lên quả sung trong chảo và nướng trong 25 đến 30 phút. Bánh đã chín khi rút ra không còn bột dính vào que tăm đã cắm vào bánh.
5. Lấy bánh và caramen nhân cà phê đã hoàn thành ra khỏi lò và lật mặt ngay (nếu không caramen sẽ dính vào chảo!). Một món tráng miệng ngon ngọt.

53. Bơ chiết xuất cà phê

Thành phần
- 2 miếng bơ
- 2 muỗng canh đường Farin
- 1 ly cognac
- Chiết xuất cà phê
- Hạt nhục đậu khấu, tán thành bột)

Sự chuẩn bị
1. Đối với bơ với chiết xuất cà phê, bóc vỏ bơ và dùng máy trộn để làm cùi, đường và rượu cognac.
2. Chia phần này thành 4 bát, đổ một ít chiết xuất cà phê lên trên và rắc hạt nhục đậu khấu lên trên.

54. Pudding Cantuccini sốt cà phê

Thành phần
- 100 g cantuccini
- 50 g cà tím
- 85 g bơ (mềm)
- 35 g đường
- 3 quả trứng)
- 35 g đường
- 1 muỗng cà phê bơ (mềm)
- 2 muỗng canh đường
- Cho nước sốt:
- 250ml kem tươi
- 50 gam đường
- 2 muỗng cà phê bột cà phê hòa tan
- 1 cái lòng đỏ

Sự chuẩn bị

1. Đối với bánh pudding cantuccini với nước sốt cà phê, hãy cắt thật nhuyễn cantuccini và amaretti trong máy cắt. Trộn bơ với đường cho đến khi sủi bọt. Tách trứng, khuấy lòng đỏ trứng với cantuccini amaretti xắt nhỏ vào hỗn hợp bọt và đánh lòng trắng trứng cho đến khi bông cứng. Rắc 35 g đường vào, tiếp tục đánh đến khi hỗn hợp bóng đẹp và cho vào hỗn hợp bọt.
2. Bơ khuôn và rắc đường, đổ hỗn hợp vào, đặt khuôn vào khay sâu, đổ đầy nước nóng đến khoảng 3/4 chiều cao khay và luộc bánh pudding trong lò. Cho kem tươi và đường vào đun sôi, để lửa nhỏ đun trong 15 phút, lọc lấy nước.
3. Bột cà phê và lòng đỏ đánh bông, cho vào whipping cream đang nóng, đun sôi trở lại nhưng không đun sôi nữa, để nguội. Để phục vụ, cho bánh pudding ra đĩa và rưới sốt cà phê lên trên, rắc bánh pudding cantuccini với sốt cà phê với đường bột nếu bạn thích và trang trí bằng hạt cà phê và trái tim kem.

55. Đánh bông lòng trắng trứng với cà phê

Thành phần
- 30 g lòng trắng trứng (đã thanh trùng, tương ứng với 1 lòng trắng trứng)
- 200 g đường bột (rây mịn, thêm một chút nếu cần)
- rượu rum 30ml
- 1 muỗng cà phê bột cà phê (hòa tan trong 10 ml nước)

Sự chuẩn bị
1. Cho lòng trắng trứng với đường vào tô, đánh đến khi hỗn hợp đặc lại và nổi bọt.
2. Trộn bột cà phê đã hòa tan và rượu rum.
3. Làm nóng men trắng trứng một chút trước khi áp dụng nó. Có thể hòa tan 10 g dầu dừa khác trong đó.

56. Cà phê cá chốt

Thành phần
- 8 muỗng cà phê cà phê hòa tan
- 8 muỗng cà phê đường
- 8 muỗng cà phê nước (nóng)
- 100ml sữa
- Bột ca cao

Sự chuẩn bị
1. Trong một cái bát, khuấy đều cà phê hòa tan, đường và nước nóng bằng máy đánh trứng.
2. Đánh trong 3 đến 4 phút cho đến khi đạt được độ đặc như kem.
3. Cho đá viên đã nghiền vào ly, đổ sữa lên trên.
4. Đổ khối cà phê kem lên sữa, rắc một ít bột ca cao lên trên.
5. Khuấy một lần và thưởng thức.

57. Cà phê chuối

Thành phần
- 2 quả chuối (chín)
- 1 vắt nước cốt chanh
- 2 muỗng cà phê xi-rô phong
- 1/2 muỗng cà phê quế
- 4 cà phê espresso (gấp đôi)

Sự chuẩn bị
1. Đối với món cà phê chuối, trước tiên hãy gọt vỏ và nghiền chuối. Trộn với nước cốt chanh, xi-rô cây phong và quế. Chia chuối vào 4 ly thủy tinh nhỏ chịu nhiệt.
2. Chuẩn bị cà phê espresso và thêm một tách cà phê espresso đôi vào mỗi hỗn hợp chuối (nếu cần, hãy làm ngọt trước để nếm thử).
3. Phục vụ cà phê chuối rắc một chút quế.

58. Cà phê ủ ấm tâm hồn

Thành phần
- 500 ml cà phê (nóng, đậm)
- 1 cây hồi
- 5 quả bạch đậu khấu (xanh)
- 75 g đường mía (nâu)
- rượu rum 80ml
- Kem đánh bông (rượu)

Sự chuẩn bị
1. Đối với cà phê ấm hơn, trước tiên hãy ép vỏ thảo quả vào cối để hạt tách ra. Điều này cũng có thể được thực hiện thủ công bằng cách mở các viên nang và lấy hạt ra. Sử dụng bát cũng vậy, chúng chúa rất nhiều mùi thơm.
2. Thêm hoa hồi và bạch đậu khấu vào cà phê mới pha và ngâm trong 20 phút. Sự căng thẳng.
3. Làm ngọt với đường và khuấy cho đến khi tan hết.
4. Sau đó đun sôi trở lại, bắc ra khỏi bếp và thêm rượu rum.
5. Phục vụ cà phê ấm áp hơn với một chiếc mũ trùm đầu.

59. Cà phê và kem hạt anh túc với anh đào ướp

Thành phần
- 1 chiếc. Càn phê kem đánh đá
- 1 miếng kem hạt anh túc Đối với quả anh đào:
- 200 g anh đào (đọ sức)
- 100 ml Zweigelt
- 50 g giấm balsamic
- 1 quả vani (cháo)
- 1 thanh quế Trang trí:
- 1 thanh sô cô la
- 100ml kem tươi

Sự chuẩn bị
1. Đun sôi rượu vang đỏ với đường, bột vani, quế và giấm. Sau đó cho quả anh đào vào đun sôi lại một lần nữa, bắc ra khỏi bếp và để quả anh đào nguội bớt trong nước.
2. Bào sô cô la thành dải lớn bằng dụng cụ vắt, đánh kem tươi cho đến khi cứng lại.
3. Trải quả anh đào lên bát tráng miệng, xếp kem lên trên và trang trí với kem và sô cô la.

60. Kem cà phê sô cô la Vistula với quả ướp

Thành phần
- 1 miếng kem chua
- 1 miếng kem sô cô la
- 1 chiếc. Cà phê kem đánh đá
- 1 muỗng canh hạt điều

Đối với quả mọng:
- 100 g quả mọng (hỗn hợp, ví dụ như quả việt quất, quả mâm xôi, cây phúc bồn tử, dâu tây, mâm xôi)
- 4 muỗng canh xi-rô hoa cơm cháy
- 1 thìa cà phê nước cốt chanh
- 10 lá bạc hà

Sự chuẩn bị
1. Nêm các loại quả mọng với xi-rô, bạc hà và nước chanh cắt thành dải mịn.
2. Xắt nhỏ hạt điều.
3. Sắp kem vào tô và trang trí với quả mọng, các loại hạt xắt nhỏ và bạc hà tươi.

61. Latte bạch đậu khấu và quế mùa đông

Thành phần
- 1 lon (các) nước cốt dừa (kem đánh bông thuần chay thay thế)
- 6 quả bạch đậu khấu
- 2 thanh quế
- 160ml cà phê
- 100ml sữa hạnh nhân (hoặc sữa yến mạch)
- Quế (xay, để rắc)

Sự chuẩn bị
1. Đối với latte thảo quả-quế mùa đông, trước tiên hãy cho nước cốt dừa vào tủ lạnh qua đêm.
2. Ngày hôm sau, lấy nước cốt dừa ra khỏi tủ lạnh, lấy phần kem dừa đã cứng ra khỏi hộp và cẩn thận, không trộn với chất lỏng, đổ vào một cái bát đã được làm lạnh. Trộn bằng máy trộn cầm tay cho đến khi có dạng kem.
3. Đặt vỏ bạch đậu khấu và thanh quế vào một cốc lớn và đổ cà phê mới pha lên trên.
4. Đun sữa trên bếp ở mức nhỏ.
5. Rây các viên bạch đậu khấu và quế, chia cà phê thành hai cốc rồi trộn với sữa nóng.
6. Đổ 2 đến 3 thìa kem dừa vào mỗi cốc và rắc latte thảo quả-quế mùa đông với quế.

62. Giấc mơ cà phê với Stevia

Thành phần
- 120 g kem đậu nành
- 250 g QuimiQ tự nhiên (1 gói, cách khác 180 g Rama Cremefine cho Ko)
- 1 muỗng canh xi-rô gạo
- 2 muỗng cà phê hạt stevia
- 2 muỗng canh rượu whisky (hoặc rượu mạnh hoặc rượu rum)
- 1/4 muỗng cà phê bột vani bourbon
- 1 tách cà phê espresso nhỏ (được làm ngọt bằng 1/2 muỗng cà phê hạt stevia)

Để trang trí:
- hạt cà phê sô cô la

Sự chuẩn bị
1. Đối với giấc mơ cà phê kem đậu nành đánh bông và làm lạnh. Sau đó đánh QuimiQ, xi-rô gạo, cỏ ngọt, rượu whisky và vani cho đến khi sủi bọt. Sau đó cho cà phê vào và khuấy đều bằng máy xay ở mức thấp.
2. Trộn với kem đậu nành đã đánh bông, đổ vào khuôn và để trong tủ lạnh từ 1 đến 2 giờ.
3. Trang trí với một ít kem đậu nành và một hạt cà phê sô cô la.
4. Rắc Giấc mơ cà phê với quế để nếm thử.

63. Cappuccino trứng phục sinh

Thành phần
- 1 quả trứng sô cô la (rỗng, lớn)
- 1 cà phê espresso (gấp đôi)
- 125ml sữa
- 1 shot rượu mùi trứng
- Rắc sô cô la (tùy chọn)

Sự chuẩn bị
1. Đối với cappuccino rượu mùi trứng Phục sinh, trước tiên hãy bọc nửa quả trứng ra khỏi giấy nhôm. Cẩn thận tháo nắp ở phía trên. Cho trứng vào cốc thích hợp (tốt nhất là cốc cappuccino).
2. Mới chuẩn bị cà phê espresso đôi. Ngay trước khi dùng, đánh bọt sữa thành bọt sữa đặc. Bây giờ, nhanh chóng đổ cà phê espresso, sau đó một ít sữa với bọt sữa và rượu mùi trứng vào trứng sô cô la.
3. Trang trí cappuccino rượu mùi trứng Phục sinh với rắc sô cô la như mong muốn.

64. Góc cà phê

Thành phần
- 170 g bơ
- 80 g đường cát mịn
- 1 lòng đỏ (hoặc 1 lòng trắng trứng gà)
- 10 g đường vani
- 1 nhúm muối
- 250 g bột mì (mịn)
- Kem bơ cà phê (để làm nhân)
- Có thể là một số kẹo mềm (để trang trí)
- Mứt mơ hoặc nho (để đánh răng)
- Có thể men sô cô la

Sự chuẩn bị
1. Nhanh chóng chế biến tất cả các nguyên liệu thành bột nhão, chỉ cho vào tủ lạnh trong thời gian ngắn nếu cần.
2. Cán mỏng bột với độ dày khoảng. 2 mm và cắt bánh quy bằng máy cắt quạt. Bạn cũng có thể cắt các hình tròn và dùng dao cắt chúng thành 4 phần tư.
3. Đặt các lát hình quạt thu được lên khay nướng đã chuẩn bị sẵn và nướng ở nhiệt độ 165 °C trong khoảng 12-15 phút.
4. Khi nguội, cho kem bơ vào 2 ngăn, phủ mứt lên nắp, tráng men bằng kẹo mềm và khi nguội, trang trí bằng men xịt.
5. Có thể trang trí với một số hạt cà phê sô cô la hoặc ngọc trai bạc.

65. Cà phê kem que

Nguyên liệu
- 480 ml cà phê (tùy khuôn to nhỏ)
- một ít đường (nếu cần)

Sự chuẩn bị
1. Đối với kem trên que, trước tiên hãy chuẩn bị cà phê như bình thường. Nếu muốn, làm ngọt bằng đường và đảm bảo rằng đường tan hoàn toàn. Để nguội một chút.
2. Đổ cà phê vào khuôn kem. Đóng băng trong vài giờ.
3. Trước khi lấy kem ra khỏi que, nên hơ nhẹ khuôn dưới vòi nước ấm để kem dễ tan hơn.

67. Cappuccino nấm cục

Thành phần
- 100 g sô cô la đen
- 150 g sô cô la mocha
- 60 ml cà phê (cà phê Thổ Nhĩ Kỳ)
- 65ml kem tươi
- ½ muỗng canh bơ (mềm)
- 1 nhúm đường (tinh thể tốt)

Sự chuẩn bị
2. Đối với nấm cục cappuccino, hãy bẻ sô cô la thành những miếng nhỏ và đun chảy chúng bằng hơi nước.
3. Trộn sô cô la tan chảy với bơ, cà phê và kem đánh bông ở nhiệt độ phòng.
4. Để nguội một chút.
5. Ngay sau khi khối lượng đã nguội, tách các mảnh nhỏ ra khỏi nó và nặn thành những quả bóng praline. Nếu bạn làm ấm tay ở giữa, thì việc lăn sẽ dễ dàng hơn nhiều.
6. Nếu bạn thích, hãy cuộn nấm cục cappuccino trong đường, dừa, các loại hạt xắt nhỏ hoặc quả hồ trăn xắt nhỏ và đặt vào những chiếc khuôn xinh xinh.

68. Bánh cà phê đơn giản

Thành phần
- 150 g bơ (đun chảy)
- 200 g đường
- 1 quả trứng
- 250ml cà phê (đen)
- 400 g bột mì (mịn)
- 1 gói bột nở
- 1 gói đường vani
- một ít vỏ chanh (để nếm thử) Chuẩn bị

1. Trong một bát lớn, khuấy bơ, đường và trứng đã làm ấm cho đến khi sủi bọt. Sau đó khuấy đều bột mì đã trộn với bột nở, đường vani, vỏ chanh và cà phê.
2. Đổ bột vào chảo đã thoa mỡ hoặc khay có lót giấy nướng (hộp, bánh bông lan hoặc khay nướng bánh, hoặc khay nướng bánh tùy thích).
3. Nướng ở khoảng. 175°C (lò nướng đối lưu) ít nhất 45 phút, sau đó kiểm tra và nướng thêm 10 phút nếu cần.

69. Cà phê đá

Thành phần
- 1 lít kem tươi
- 1 chiếc. vỏ vani
- 200 g cà phê mocha (bị cháy nặng và xay nhỏ)
- 8 chiếc. Lòng đỏ trứng
- 400 g đường bột
- Kem đánh bông (và que rỗng để trang trí)

Sự chuẩn bị
1. Đối với cà phê đá, đầu tiên đun sôi kem tươi với vani và trộn với cà phê mocha mới xay. Sau khi hỗn hợp này để yên trong 20 phút, lòng đỏ trứng được khuấy với đường bột cho đến khi nổi bọt rồi trộn đều với hỗn hợp kem cà phê đã được lọc trên ngọn lửa thấp nhất.
2. Khối lượng thu được được làm lạnh mạnh và sau khi đông lại, phục vụ cà phê đá trong ly cao có que đánh bông và rỗng.

70. Chuối cà phê socola

thành phần
- 2 muỗng canh nước cốt chanh
- 1 muỗng canh đường
- 1 nhúm bột vani
- 1 quả chuối
- 2 muỗng canh xi-rô sô cô la
- 400 ml cà phê nóng mới pha
- 150ml sữa
- bột ca cao để rắc Các bước chuẩn bị

1. Đun sôi nước cốt chanh với đường, vani và 100 ml nước trong nồi. Gọt vỏ và thái hạt lựu chuối. Đổ vào nồi, đun nhỏ lửa trong 1-2 phút rồi tắt bếp. Để nguội một chút, sau đó rót vào 4 ly.
2. Trộn xi-rô với cà phê và cẩn thận đổ lên chuối trừ 2 muỗng canh. Đun nóng phần cà phê còn lại với sữa và trộn cho đến khi sủi bọt. Đổ cà phê lên trên và rắc một ít ca cao lên trên.

71. Cà phê Ireland

Thành phần
- 100 ml rượu whisky Ailen
- 4 tách cà phê nóng
- 3 muỗng canh đường nâu
- 100g kem tươi
- đường thô để chuẩn bị trang trí

1. Làm ấm cà phê, rượu whisky và đường trong khi khuấy và hòa tan đường, sau đó rót vào cốc thủy tinh đã được làm nóng trước.
2. Đánh nhẹ kem và dùng như một lớp phủ trên cà phê, rắc một ít đường nâu.

72. Cà phê và canapes hạt

Thành phần
- 150 g bột mì
- 50 g bột ca cao (hơi dầu)
- 50 g hạt phỉ (xay)
- 1 muỗng cà phê Bột nở
- muối
- 2 quả trứng (cỡ M)
- 150 gam đường
- 2 thìa cà phê (hòa tan, khoảng 10 g)
- 6 muỗng canh bia hạt cải
- Đường bột (để rắc bột)

Sự chuẩn bị
1. Đối với cà phê và hạt cắn, trước tiên hãy làm nóng lò nướng ở nhiệt độ 180 ° C. Lót hai tấm nướng bằng giấy da. Trộn bột mì, bột ca cao, hạt phỉ xay, bột nở và một chút muối vào tô.
2. Trong một bát lớn, đánh trứng, đường, cà phê hòa tan và dầu hạt cải bằng máy đánh trứng cho đến khi sủi bọt. Thêm một muỗng canh nguyên liệu khô vào một lúc và trộn mọi thứ nhanh chóng để tạo thành một khối bột.
3. Dùng thìa cà phê lấy các phần bột có kích thước bằng quả óc chó ra và đặt chúng thành một đống trên khay nướng bằng thìa cà phê thứ hai, chừa lại một khoảng trống.
4. Rãnh cà phê cắn trong lò (giữa). Nướng trong 12-13 phút mỗi đĩa. Lấy ra, lấy giấy nướng ra khỏi khay nướng và để nguội trên giá dây. Bụi với đường bột.

73. Bánh tiramisu quả mâm xôi Nutella

Thành phần
- 250 g quả mâm xôi
- 250ml kem tươi
- 3 quả trứng (tươi)
- 500g mascarpone
- 24 ngón tay cái
- 250 ml cà phê (mạnh)
- 350 g Nutella
- Bột ca cao (để rắc)
- Quả mâm xôi (để trang trí) Chuẩn bị

1. Pha cà phê và để nguội một chút.
2. Rửa sạch và xay nhuyễn quả mâm xôi.
3. Đánh kem tươi trong một cái bát cho đến khi bông cứng, trộn trứng vào một cái bát khác cho đến khi sủi bọt. Cho kem tươi và mascarpone vào, trộn đều.
4. Nhúng các ngón tay xốp vào cà phê và đậy đáy đĩa (ví dụ: đĩa thịt hầm). Trộn phần cà phê còn lại với Nutella.
5. Phết kem mascarpone lên bánh quy, sau đó đổ kem Nutella và quả mâm xôi nghiền lên trên. Tiến hành theo thứ tự này cho đến khi tất cả các thành phần đã được sử dụng hết (kết thúc với kem mascarpone).
6. Làm lạnh tiramisu trong ít nhất 2 giờ.
7. Rắc bột ca cao và trang trí với quả mâm xôi trước khi ăn.

74. Bánh tiramisu chuối sữa đông

Thành phần
- 250 ml cà phê (mạnh)
- 1 shot rượu rum (không bắt buộc)
- 200ml kem tươi
- 250 g phô mai sữa đông
- 400 g mascarpone
- 50 g đường cát (hoặc tùy thích)
- 4 quả chuối
- 200 g bọ rùa
- Chuẩn bị bột ca cao (để rắc)

1. Đun sôi cà phê, để nguội một chút và trộn với một chút rượu rum.
2. Trong một cái bát, đánh kem tươi cho đến khi bông cứng. Trộn phô mai sữa đông, macarpone và đường bột. Gọt vỏ và cắt lát chuối.
3. Nhúng bọ rùa vào hỗn hợp cà phê và rượu rum rồi xếp chúng vào đĩa nướng. Phủ một lớp kem mascarpone, trên cùng là lát chuối và bọ rùa. Tiếp tục định cỡ cho đến khi tất cả các thành phần đã được sử dụng hết (kết thúc bằng một lớp kem mascarpone).
4. Làm lạnh ít nhất 2 giờ và rắc bột ca cao trước khi dùng.

75. Bánh Sắn Cà Dừa

Thành phần
- 3 chén sắn sống (sắn) trong một bộ xử lý thực phẩm
- 3 ly trà đường
- 3 muỗng canh bơ
- $\frac{1}{4}$ tách cà phê Santa Clara đã lọc
- $\frac{1}{4}$ cốc sữa
- 3 lòng trắng trứng
- 3 viên đá quý
- $\frac{1}{2}$ chén phô mai parmesan nạo
- 100 gram dừa nạo
- 1 muỗng canh bột nở
- 1 nhúm muối

Sự chuẩn bị

1. Cho sắn vào máy xay, cho vào khăn vải, vắt kỹ và chắt bỏ sữa. Trải bột vào khuôn và đặt sang một bên. Trong một máy trộn điện, đánh đường và bơ. Khi nó có màu trắng, thêm lòng đỏ, phô mai bào, cà phê và sữa. Đánh cho đến khi tất cả các thành phần được kết hợp tốt. Thêm khối sắn và dừa. Trộn bằng thìa. Cuối cùng, men và lòng trắng trong tuyết, trộn bằng thìa. Nướng trong chảo mỡ mà bạn chọn trong lò nướng đã làm nóng trước ở 180 độ trong khoảng 40 phút hoặc cho đến khi bề mặt có màu vàng nâu.

76. Cà phê Busserln

Thành phần
- 4 miếng lòng trắng trứng (120 g)
- 1 gói tấm wafer (đường kính 40 mm)
- 4 muỗng cà phê mocha
- 200 g đường bột (bột đường)

Sự chuẩn bị
2. Tách trứng để lấy vụn cà phê. Trộn lòng trắng trứng, đường và mocha và đánh mạnh trong bồn nước. Lấy ra khỏi nồi cách thủy và tiếp tục đánh cho đến khi khối nguội hẳn.
3. Đặt bánh xốp lên khay nướng có lót giấy nướng và phết hỗn hợp thành từng phần nhỏ lên bánh xốp bằng túi đựng nhân. Để lại một cạnh nhỏ của bánh wafer xung quanh khối - bánh vẫn sẽ bị bung ra khi nướng. Nếu không có bánh xốp ở nhà, bạn có thể phết Busserl trực tiếp lên giấy nướng.
4. Nướng hạt cà phê ở nhiệt độ khoảng 150°C trong khoảng 30 phút.

77. Bánh quế Espresso và hạt thông

Thành phần
- 50 g hạt thông
- 2 muỗng cà phê hạt espresso
- 125 g bơ (mềm)
- 100 g đường
- 1 gói đường vani bourbon
- 3 quả trứng (cỡ M)
- 250 g bột mì
- 1 muỗng cà phê bột nở
- 75g kem tươi
- 1/8 espresso (mới pha, để nguội)
- 1 nhúm muối
- Chất béo (đối với sắt bánh quế)

Sự chuẩn bị
1. Đối với bánh quế hạt thông espresso, rang hạt thông trong chảo cho đến khi có màu vàng nâu và để nguội một chút. Cắt nhỏ hạt cà phê espresso bằng một con dao sắc.
2. Đánh bơ, 50 g đường và vani cho đến khi sủi bọt. Tách trứng. Khuấy lòng đỏ trứng vào kem bơ và đường. Trộn bột mì, bột nở và hạt thông rồi trộn lần lượt với kem đánh bông, cà phê espresso và cà phê espresso.
3. Đánh lòng trắng trứng với muối và phần đường còn lại cho đến khi đặc và mịn rồi cho vào.
4. Làm nóng trước bàn ủi, bôi mỡ mỏng lên các bề mặt nướng. Đặt khoảng 2 muỗng canh bột vào giữa bề mặt nướng bên dưới và đóng khuôn nướng bánh quế. Nướng bánh quế trong khoảng. 2 phút cho đến khi giòn và có màu nâu nhạt.
5. Bánh quế espresso và hạt thông Lấy ra, đặt trên giá dây và tiến hành với phần bột còn lại theo cách tương tự.

78. Bánh quy cốc cà phê

Thành phần
- 50 g bơ
- 150 g bột mì
- 2 muỗng canh ca cao
- 1 nhúm bột nở
- 50 g đường cát
- 1 nhúm muối
- 1 quả trứng
- 2 muỗng cà phê (mạnh)

Sự chuẩn bị
1. Đối với bánh quy cốc cà phê, cắt bơ thành miếng nhỏ. Rây bột mì, bột nở và ca cao. Trộn tất cả các thành phần với muối và đường bột, đánh trứng và trộn cà phê và nhào nhanh để tạo thành một khối bột mịn. Để yên trong tủ lạnh khoảng 1 giờ.
2. Cán mỏng bột trên bề mặt đã rắc bột mì và cắt trái tim bằng khuôn cắt bánh quy hình cốc có bán trên thị trường và đặt lên khay nướng có lót giấy nướng.
3. Nướng bánh quy cốc cà phê trong lò đã làm nóng trước ở nhiệt độ 180°C trong khoảng 10 phút.

79. Bánh thạch đá cẩm thạch Cappuccino

Thành phần

- 125 g bơ
- 150 gam đường
- 4 quả trứng
- 1 gói đường vani
- 1 nhúm muối
- 250 g bột mì (mịn)
- 1/2kg bột nở
- 2 muỗng canh sữa
- 4 muỗng canh bột cappuccino
- Đường bột (để rắc) Chuẩn bị

1. Đối với ugelhupf đá cẩm thạch cappuccino, trước tiên hãy đánh bơ cho đến khi sủi bọt. Trộn riêng một nửa số đường với lòng đỏ trứng và đường vani cho đến khi sủi bọt. Trộn cả hai khối lượng.
2. Rây bột mì với bột nở. Đánh lòng trắng trứng với phần đường còn lại cùng chút muối cho đến khi bông cứng. Cẩn thận khuấy cả hai xen kẽ.
3. Chuyển một nửa bột sang bát thứ hai. Trộn bột cappuccino với sữa cho đến khi không còn thấy vón cục. Khuấy trong một nửa bột.
4. Bôi mỡ và bột mì lên chảo (hoặc rắc vụn bánh mì). Đầu tiên đổ ánh sáng vào, sau đó là khối tối và luồn qua nó bằng một cây gậy để tạo ra viên bi.
5. Nướng ở 150 °C trong lò làm nóng trước trong khoảng 50 phút.
6. Tắt bánh thạch đá cẩm thạch cappuccino và rắc đường bột.

80. Cà phê bơ trong ly

Thành phần
- 4 quả bơ (nhỏ, chín)
- 4 muỗng canh sữa hạnh nhân (ngọt)
- 4 muỗng cà phê hạt chia
- 1 nhúm bột quế
- 200 g sữa chua (10% chất béo)
- 600ml cà phê

Sự chuẩn bị
1. Cắt đôi quả bơ, loại bỏ đá và loại bỏ cùi khỏi vỏ.
2. Nghiền nhuyễn với sữa hạnh nhân và hạt chia và thêm quế.
3. Chia hỗn hợp bơ vào 4 ly có tay cầm. Đặt sữa chua lên trên và từ từ đổ cà phê mới pha (tốt nhất là từ máy hoàn toàn tự động) lên mặt sau của thìa.
4. Đặt ống hút và phục vụ.

ĐỒ ĂN NHẸ

81. Kem lát

Thành phần
- 1 muỗng canh bơ
- 3 muỗng canh đường
- 200 g quất
- 200ml sữa
- Chuẩn bị bánh mì trắng (từ ngày hôm trước)

1. Caramen 1 muỗng canh bơ và 3 muỗng canh đường trong chảo.
2. Sau đó đổ kem tươi và sữa tươi vào. Đun sôi cho đến khi đường tan hết.
3. Cắt bánh mì thành lát và nướng trong một ít bơ đã làm sạch ở cả hai mặt cho đến khi vàng nâu. Đặt các lát bánh mì vào bát và đổ hỗn hợp sữa-đường lên trên.
4. Bày ra đĩa dùng nóng với cà phê hoặc rượu ngọt (Trockenbeerenauslese).

82. Bánh hoa quả

Thành phần
- 150 g bơ
- 100 g đường bột
- 3 lòng đỏ trứng
- 2 lòng trắng trứng
- 50 g đường cát
- 180 g bột mì (mịn)
- 4g bột nở
- 100ml sữa
- 100 g nho khô
- 50 g vỏ chanh (thái nhỏ)
- 50 g aranzini (thái nhỏ)
- 50 g sô cô la nấu ăn (thái nhỏ)
- Vani (hoặc các loại đường khác)
- Vỏ chanh (bào)
- muối

Sự chuẩn bị

1. Trộn bơ với đường bột, một chút muối, bột vani hoặc đường và vỏ chanh bào cho đến khi sủi bọt. Dần dần khuấy trong lòng đỏ trứng. Đánh lòng trắng trứng với đường cát để tạo thành tuyết. Gấp vào hỗn hợp bơ. Trộn bột mì với bột nở, khuấy đều và đổ sữa vào. Trộn nho khô, vỏ chanh, aranzini và sô cô la. Đổ hỗn hợp vào hộp thiếc gugelhupf đã được tráng bơ và rắc bột mì. Nướng trong lò đã làm nóng trước ở nhiệt độ 160°C trong khoảng 55 phút.

83. Bánh nướng xốp Caipirinha

Thành phần
- 300 g bột mì
- 1 1/2 muỗng cà phê bột nở
- 1/2 muỗng cà phê baking soda ⬜ 1 No.
- 300 g sữa chua (tự nhiên)
- 150 gam đường
- 100 ml dầu
- 4 trái chanh
- 50 ml rượu rum (trắng hoặc cachaca)
- 50 g sô cô la (màu trắng)
- 1 muỗng canh rượu rum (màu trắng)
- một số chất béo (cho hình dạng) Chuẩn bị

2. Đối với bánh nướng xốp caipirinha, đầu tiên trộn bột mì với bột nở và muối nở.
3. Làm nóng lò ở 200°C.
4. Trộn trứng, sữa chua và đường trong một cái bát. Rửa sạch chanh, chà xát vỏ và vắt.
5. Trộn nước cốt và vỏ của 3 quả chanh với rượu rum trắng. Thêm hỗn hợp bột và khuấy cho đến khi ẩm. Mỡ 12 cốc muffin và đổ bột vào. Nướng bánh nướng xốp trong khoảng 25-30 phút. Vắt thêm nửa quả chanh và cắt những dải mỏng từ vỏ.
6. Cắt sô cô la thành miếng và đun chảy. Khuấy nước trái cây và rượu rum và phết lên bánh nướng xốp vẫn còn ấm.

84. Viên năng lượng xoài dừa

Thành phần
- 100 g Seeberger Mango (quả khô)
- 200 g chà là Seeberger (đã bỏ hạt)
- 75 g hỗn hợp đường mòn Seeberger
- 70 ml nước ⏹ 2 tbsp dừa bào sợi ⏹ Cán:
- Chuẩn bị 2 muỗng canh dừa bào sợi

1. Đối với Mango Coconut Energy Balls, đun sôi nước.
2. Kết hợp tất cả các thành phần và xay mịn trong máy xay sinh tố. Tùy thuộc vào độ đặc mong muốn, có thể thêm một ít nước.
3. Làm ẩm tay của bạn và tạo thành những quả bóng có cùng kích thước từ hỗn hợp.
4. Sau đó lăn qua dừa bào sợi.
5. Làm lạnh trong tủ lạnh trong vài giờ.

85. Cháo hoa ngô cúc

Thành phần
- 1 quả táo (nhỏ)
- 12 muỗng canh bột yến mạch
- 400 ml sữa
- 3 thìa cà phê mật ong
- 6 muỗng cà phê hoa ngô (khô)
- 2 muỗng canh hoa cúc

Sự chuẩn bị
1. Gọt vỏ táo, bỏ lõi và chà lên mặt thô của máy xay.
2. Cho táo đã nạo, yến mạch và sữa vào nồi vừa đun vừa khuấy cho đến khi cháo có độ đặc mong muốn.
3. Thêm mật ong và hoa ngô vào khuấy đều. Đổ đầy bát và rắc hoa cúc lên trên.

86. Bánh pudding Colombia với cà phê

Thành phần
- 6 lát colomba xắt nhỏ
- 150 ml Cà Phê 3 Trái Tim Cao Cấp pha với 150 ml nước và 2 muỗng cà phê
- 100 ml nước cam
- 1 muỗng canh vỏ cam
- 1 muỗng canh bơ trong thuốc mỡ
- Bột quế để hương vị
- 1 muỗng canh đường cát với quế để nếm

Sự chuẩn bị
1. Đặt các miếng Colomba vào một cái bát. Thêm cà phê, bơ, nước cam và vỏ. Cuối cùng, bao gồm quế.
2. Trộn đều và đặt mọi thứ vào hộp bánh có lót giấy da. Rắc đường với quế trước khi cho vào lò nướng đã làm nóng sẵn (180°C) trong 40 phút.

87. Sandwich bơ đậu phộng và Espresso

Thành phần
- 1 ly 200 gram bơ đậu phộng
- 1 tách cà phê espresso (hoặc loại mạnh)
- 1 ly thạch trái cây màu đỏ
- Những lát bánh mì bạn chọn

Sự chuẩn bị
1. Phết bơ đậu phộng với cà phê vào máy xay thực phẩm.
2. Chuẩn bị bánh sandwich bằng cách phết bơ đậu phộng và cà phê lên một lát và mứt quả mọng lên mặt kia. Thêm các lát vào bánh sandwich và bạn đã hoàn thành!

88. Bánh sữa ngọt và cà phê

Thành phần (bột)
- 200 gram bánh quy bột ngô nghiền
- 100 gram bơ
- $\frac{1}{2}$ tách cà phê Pimpinela Golden pha nóng
- 1 muỗng cà phê men hóa học

Sự chuẩn bị
1. Làm nóng lò trước ở 180°.
2. Đun chảy bơ trong cà phê và dần dần kết hợp nó với bánh quy nghiền nát đã trộn sẵn với men. Xếp một hình vòng có thể tháo rời (đường kính 20 cm) lên độ cao 1/2 cm. Nướng trong 30 phút.
3. Hủy bỏ và chờ đợi để làm mát.

89. Thanh socola đậu phộng

Nguyên liệu
- 250 gram sô cô la tôi trộn sữa và sô cô la đen
- 400 gram bột mì
- 1 muỗng cà phê bột nở
- Chia nhỏ 250 gram bơ
- Bột yến mạch 300 gram
- 100 gram đường nâu
- 100 gram hạt muối và xắt nhỏ, tốt nhất là hỗn hợp
- 2 quả trứng nhỏ

cho kem
- 80 gram bơ đậu phộng chiên giòn
- Sữa đặc 200 ml
- 200 ml sữa cô đặc ngọt béo

Sự chuẩn bị
1. Cắt nhỏ hai loại sô cô la - không quá mịn, không quá thô. Sử dụng bột nở và bơ để chế biến bột thành bột giòn. Thêm bột yến mạch, đường nâu và các loại hạt xắt nhỏ và trộn mọi thứ.
2. Đặt một phần vụn bánh mì (khoảng một phần tư) với sô cô la cắt nhỏ vào bát thứ hai. Bạn không cần hỗn hợp này nữa.
3. Thêm trứng vào phần vụn còn lại, trộn đều mọi thứ và cho bột vào khay nướng có lót giấy nướng làm đế. Ấn mạnh xuống-Đặt một cây lăn nhỏ lên trên để mọi thứ đều và mịn. Nướng bột ở 180 độ lên xuống trong khoảng 15 phút.
4. Trộn sữa đặc và sữa đặc có đường với bơ đậu phộng. Có thể không cần trộn sữa đặc thông thường với sữa giúp hơi đặc. Tuy nhiên, kết quả tốt nhất đã thu được về tính nhất quán và hương vị.
5. Đổ hỗn hợp đậu phộng và sữa vào đế mới nướng, hơi lạnh. Nó tương đối lỏng! Rắc hỗn hợp bột và sô cô la còn lại lên mặt bánh, ấn xuống một chút và nướng trong khoảng 20 phút. Tìm thời điểm thích hợp để loại bỏ là không dễ dàng. Tốt nhất là lấy nó ra khỏi lò nhanh hơn một chút. Bởi vì trời trở lạnh và mọi thứ trở nên khó khăn hơn. Cắt nó thành một thanh hoặc hình vuông và thưởng thức!

90. Bánh quy cà phê

thành phần

Đối với bột:

- 160 g bột mì
- 80 g đường bột
- 80 g hạt dẻ
- 1 con gái ⬜ 1 muỗng canh rượu rum
- 120 g bơ
- 2 muỗng cà phê (mạnh) Đối với kem:
- 80 g bơ (mềm)
- 80 g đường bột ⬜ 2 tbsp cà phê (loại mạnh)
- 1 muỗng canh rượu rum Đối với men:
- 70 g đường bột
- 2 1/2 muỗng cà phê
- 1 giọt dầu (dầu dừa) chuẩn bị

1. Xử lý tất cả các thành phần thành bột và làm lạnh trong 1 giờ.
2. Cán mỏng bột và cắt hình tròn rồi nướng ở nhiệt độ 175°C trong khoảng 8 phút.
3. Đối với kem, đánh bơ với đường cho đến khi sủi bọt rồi từ từ cho rượu rum và cà phê vào khuấy đều.
4. Đổ kem vào bánh quy đã nguội.
5. Đối với men, trộn mọi thứ lại với nhau cho đến khi bạn có một khối có thể phết được.
6. Phết kem lên bánh quy cà phê và trang trí bằng hạt đậu mocha.

91. Cà phê men

thành phần
- 250 g đường bột
- nước nóng
- giấm cà phê
- 1 muỗng canh sữa chuẩn bị

1. Đối với men cà phê, đun sôi cà phê và giấm từ từ trong nồi cho đến khi tạo thành một khối sền sệt. Điều này mang lại cho men màu nâu mocha đẹp mắt.
2. Bây giờ, từ từ khuấy nước và cà phê vào đường bột đã rây cho đến khi tạo thành một hỗn hợp lỏng, mịn. Cuối cùng khuấy sữa vào men cà phê.

92. Quán cà phê

thành phần
- 4 miếng lòng trắng trứng (120 g)
- 1 gói bánh quế (đường kính 40 mm)
- 4 muỗng cà phê mocha
- 200 g đường bột (bột đường) chuẩn bị

1. Tách trứng để lấy vụn cà phê. Trộn lòng trắng trứng, đường và mocha và đánh mạnh trong nồi cách thủy. Lấy ra khỏi nồi cách thủy và tiếp tục đánh cho đến khi hỗn hợp nguội bớt.
2. Đặt bánh quế lên khay nướng có lót giấy da và phết hỗn hợp thành từng phần nhỏ lên bánh quế bằng túi đựng nhân bằng da. Để lại một cạnh nhỏ của bánh quế xung quanh khối - bánh vẫn sẽ bong ra khi nướng. Nếu không có bánh quế ở nhà, bạn có thể phết Busserl trực tiếp lên giấy nướng.
3. Nướng hạt cà phê ở khoảng. 150 ° C cho khoảng. 30 phút.

93. Bánh Mocha

thành phần

Bột mocha:
- 125 g bơ ▫ 90 g đường ▫ 1 No.
- 110 g bột mì
- 60 g hạt phỉ (xay)
- 2 muỗng cà phê bột cà phê hòa tan

Kem phủ lên bánh:
- 125 g đường bột
- 2 muỗng cà phê bột cà phê hòa tan
- 3-4 muỗng canh nước

sự chuẩn bị

1. Đối với bánh quy mocha, khuấy bơ và đường cho đến khi sủi bọt, sau đó cho trứng vào khuấy đều.
2. Khuấy bột và quả phỉ. Hòa tan cà phê trong một ít nước và khuấy đều. Đặt những đống nhỏ với 2 thìa cà phê lên khay nướng và nướng trong 8-10 phút ở 200°.
3. Để nguội. Trộn đường bột với cà phê và nước thành một lớp men. Cho một ít kem phủ lên mỗi chiếc bánh quy và trang trí bằng đậu mocha.

94. Espresso-Brownies

thành phần
- 500 g socola đắng
- 75 ml cà phê espresso (mới nấu)
- 300 g bơ
- 500 g đường (nâu)
- 6 quả trứng (nhiệt độ phòng và trung bình)
- 250 g Mehl
- 2 nhúm muối
- 4 muỗng canh hạt cà phê espresso (toàn bộ)
- Bơ (cho tấm nướng)
- Bột (cho tấm nướng)

sự chuẩn bị
1. Đối với bánh hạnh nhân cà phê espresso, hãy cắt nhỏ sô cô la. Đun sôi cà phê espresso, bơ và đường rồi để sang một bên. Khuấy 400g sô cô la và để cho nó tan chảy. Sau đó để nguội trong khoảng 10 phút. Làm nóng lò ở 180 °C. Bôi trơn một tấm nướng và rắc bột mì.
2. Khuấy 1 quả trứng sau quả kia vào hỗn hợp sô cô la trong khoảng. 1 phút. Trộn bột mì, muối và phần còn lại của sô cô la. Trải bột lên khay nướng và rắc hạt cà phê espresso. Nướng trong lò ở nhiệt độ 160°C trong khoảng
3. 25 phút.
4. Để nguội bớt và cắt bánh hạnh nhân espresso thành những miếng lớn.

95. Rượu mùi cà phê vani

thành phần
- 75 g hạt cà phê
- 175 g kẹo dẻo
- 2 quả vani
- Pha chế 700 ml rượu rum nâu (40% thể tích)

1. Đối với rượu mùi cà phê, cho hạt cà phê vào túi cấp đông và dùng búa nghiền nát nhưng không xay nhỏ.
2. Đổ đường phèn và vỏ vani đã thái vào lọ sạch, đun sôi. Đổ rượu rum và đóng chai thật kỹ.
3. Đặt rượu mùi trong tủ đông trong 1 tuần và lắc mạnh mỗi ngày. Đổ qua rây mịn và đổ lại vào chai. Bảo quản rượu cà phê ở nơi thoáng mát sau đó để được 2-3 tháng.

96. Kem hạt dẻ topping cà phê gia vị

thành phần
- 200 g bột hạt dẻ (hoặc gạo hạt dẻ)
- 200ml kem tươi
- 100ml sữa
- 24 g chuẩn bị đường icing

1. Đối với lớp phủ kem hạt dẻ, khuấy đều tất cả các nguyên liệu cho đến khi đường bột tan hết và tạo thành hỗn hợp kem.
2. Đổ hỗn hợp vào máy đánh kem iSi 0,5 L, vặn máy đánh kem iSi và lắc mạnh. Làm lạnh trong tủ lạnh trong 1-2 giờ.
3. Cho 1 thìa cà phê đường vani, ½ thìa cà phê vỏ cam và một nhúm quế, gừng và thảo quả vào mỗi cốc. Đổ cà phê mới pha lên trên. Dùng nóng với topping và thưởng thức ngay

97. Bánh kem cà phê

thành phần
- 160 g mascarpone
- 1 muỗng cà phê espresso
- 1 muỗng cà phê rượu mùi cà phê
- 150 g bọ rùa (thái nhỏ)
- 110 g couverture (màu trắng)
- một vài giọt dầu
- 50 g chế phẩm couverture (tối)

1. Đối với bánh kem cà phê, đầu tiên trộn mascarpone với cà phê và rượu mùi cà phê. Sau đó cho vụn bánh quy vào khuấy đều để tạo thành một khối đặc có thể dễ dàng nặn thành những viên tròn và không dính tay. Tung ra những quả bóng có cùng kích thước và làm lạnh trong khoảng nửa giờ.

2. Trong khi đó, làm tan lớp sơn trắng bằng một vài giọt dầu trên nồi cách thủy. Nhúng thân cây vào một đầu và nhét chúng vào quả bóng. Đặt ở nơi thoáng mát cho đến khi sô cô la khô hoàn toàn.

3. Sau đó, tráng men những chiếc bánh bật lên bằng ánh sáng, xoay chúng liên tục. Làm lạnh lại trong khoảng nửa giờ để men khô tốt.

4. Trong khi chờ đợi, làm tan lớp sơn tối màu với một ít dầu. Để ráo nước trên mặt bánh và để bánh cà phê khô lại ở nơi thoáng mát trước khi ăn.

98. Cà phê đá hồi cam thảo

thành phần
- 6 viên nén Nespresso
- 1 thìa cà phê hạt hồi (nhỏ; xay)
- 1 thanh (s) của cam thảo
- 1 muỗng canh mật ong ▢ 7 lá bạc hà (tươi) ▢ Đá viên Nguyên liệu:
- 2 nước men (110 ml)
- 1 đồ thủy tinh

sự chuẩn bị
1. Chuẩn bị 6 espressos với loại cà phê Nespresso bạn chọn.
2. Cho cà phê espresso cùng với hạt hồi xay, rễ cam thảo cắt đôi và mật ong vào bình thủy tinh lạnh. Để nó dốc trong 10 phút.
3. Tốt nhất là đặt bình vào xô có đá viên để làm mát hỗn hợp.
4. Rót ra ly có đá lạnh và trang trí bằng lá bạc hà tươi, nửa củ cam thảo và vài viên đá.

99. Cà phê trứng cuộn

thành phần
- bánh quy

Đối với điền:
- 125ml cà phê
- 125ml nước
- 100 g đường cát
- 50 g bột mì
- 1 gói đường vani
- 1 chút rượu mùi cà phê (để nếm thử)
- 1 lòng đỏ trứng gà
- Chuẩn bị 250 g bơ (nhiệt độ phòng)

1. Đối với cà phê roulade, trước tiên hãy chuẩn bị bánh bông lan theo công thức cơ bản. Sau khi nướng, cuộn lại bằng khăn trà sạch, khô và để nguội.
2. Trong khi chờ đợi, khuấy đều tất cả các nguyên liệu làm kem và đun sôi trong nồi, khuấy liên tục và để đặc lại cho đến khi kem có độ đặc như bánh pudding. Lấy nó ra khỏi bếp và để nguội. Sau đó cho bơ vào khuấy đều.
3. Cẩn thận lăn bánh bông lan ra một lần nữa, phết kem lên trên và cuộn lại cuộn tròn.
4. Phục vụ cà phê roulade.

100. Bánh pudding cà phê

thành phần
- 1/2 l sữa (1%)
- 1 gói bột pudding vani
- Mất 1 muỗng cà phê
- 2 muỗng canh rượu rum
- Pha chế chất tạo ngọt (theo yêu cầu)

1. Đối với bánh pudding cà phê, trộn bột bánh pudding với một ít sữa.
2. Đun sôi phần sữa còn lại, cho cà phê, rượu rum và chất tạo ngọt vào khuấy đều. Đun sôi bánh pudding hỗn hợp và đổ vào bát tráng miệng.

PHẦN KẾT LUẬN

Chúng là những công thức quyến rũ và đa dạng sẽ hỗ trợ những người yêu thích cà phê với hương vị lạ thường và nổi bật đang ngày càng trở nên phổ biến trong cuộc sống hàng ngày. Chọn yêu thích của bạn và ăn uống tốt!

Ingram Content Group UK Ltd.
Milton Keynes UK
UKHW020626210623
423802UK00010B/43